அகவிழி திறந்து

அகவிழி திறந்து

கண்ணன் (1965)

கண்ணன் நாகர்கோவிலிலும் பெங்களூரிலும் கல்வி கற்றார். 1994இல் *காலச்சுவடு* இதழை மீண்டும் துவக்கி அதன் ஆசிரியர் – பதிப்பாளராகப் பணியாற்றிவருகிறார். 1995இல் காலச்சுவடு பதிப்பகத்தைத் துவக்கினார். 'தமிழ் இனி 2000' மாநாட்டின் ஒருங்கிணைப்பாளர். காலச்சுவடு அறக்கட்டளையின் முதன்மை அறங்காவலர். 'வன்முறை வாழ்க்கை' (2003), 'பதிவுகள் அழியும் காலம்' (2005), 'பிறக்கும் ஒரு புது அழகு' (2007) இவரது கட்டுரைத் தொகுப்புகள்.

2002இல் அமெரிக்க உள்துறையின் அழைப்பின் பெயரில் அங்கு நடைபெற்ற *International Visitor Program*இல் பத்திரிகையாள ராகக் கலந்துகொண்டார். பிராங்க்ஃபர்ட் புத்தகச் சந்தை நிறுவனம் நடத்தும் இளம் பதிப்பாளர்களுக்கான *Frankfurt Book Fair Fellowship Programme (2007)* இலும் கலந்து கொண்டுள்ளார். தற்போது காலச்சுவடு பப்ளிகேஷன்ஸ் பிரைவேட் லிமிட்டெடின் நிர்வாக இயக்குனராகப் பணியாற்றி வருகிறார்.

மனைவி : மைதிலி. மகன்கள் : சாரங்கன், முகுந்தன்.

தொடர்புக்கு : *kannan31@gmail.com*

ஆசிரியரின் பிற நூல்கள்

- வன்முறை வாழ்க்கை (2003)
- பதிவுகள் அழியும் காலம் (2005)
- பிறக்கும் ஒரு புது அழகு (2007)

கண்ணன்

அகவிழி திறந்து

காலச்சுவடு பதிப்பகம்

அகவிழி திறந்து • பத்திகள் • ஆசிரியர்: கண்ணன் • © எஸ்.ஆர். சுந்தரம் • முதல் பதிப்பு: மே 2011, இரண்டாம் பதிப்பு: நவம்பர் 2013 • வெளியீடு: காலச்சுவடு பப்ளிகேஷன்ஸ் (பி) லிட்., 669 கே. பி. சாலை, நாகர்கோவில் 629 001.

akaviLi thiRanthu • Columns • Author: kaNNan • © S.R. Sundaram • Language: Tamil • First Edition: May 2011, Second Edition: November 2013

Published by Kalachuvadu Publications Pvt. Ltd., 669 K.P. Road, Nagercoil 629 001, India • Phone: 91-4652-278525 • e-mail: publications @kalachuvadu.com

ISBN: 978-93-80240-50-3

11/2013/S.No. 396, kcp 985, 18.6 (2) HLL

மைதிலி, சாரங்கன், முகுந்தன்

என்னுரை

நான் போட்ட முதல் ஓட்டே கள்ள ஓட்டுதான். ஜனநாயகத்திற்கும் எனக்குமான நம்பிக்கையும் அவ நம்பிக்கையும் ஊடாடும் உறவுக்கு இது ஒரு முன்னோட்டம் போல இப்போது தோன்றுகிறது. படிக்கும் எண்ணமின்றி பங்களூரில் ஒரு கல்லூரியில் சேர்ந்திருந்த நாட்கள் அவை. ராமகிருஷ்ண ஹெக்டே விடிவெள்ளி போல என் வானில் தெரிந்தார். இந்திரா காந்தியின் அராஜகத்திற்கு எதிரான விடிவெள்ளி. பத்திரிகையாளர்களை உரிய முறையில் கவனித்தால் யாரும் விடிவெள்ளியாகிவிடலாம் என்பதை கனவுகூட காணமுடியாத ஆங்கில ஊடகங்களின் ஆவேச பக்தனாக அன்று இருந்தேன். 1984 தேர்தலில் ஓட்டுச் சாவடியாக எங்கள் கல்லூரி இருந்தது. மாணவர்கள் பெரும்பான்மையினர் ஹெக்டே பக்கம். ஆசை தீர கள்ள ஓட்டு போட்டோம். நான் இரண்டு மட்டும் போட்டேன். வழிமுறைகள் முடிவை நியாயப்படுத்தாது என்ற காந்தி யின் பார்வையில் நம்பிக்கையும் எதையுமே புனிதமாகக் கருதி ஏற்கமுடியாத அவநம்பிக்கையும் எப்போதும் என்னில் இரண்டறக் கலந்தே இருக்கின்றன. ஹெக்டே முதல்மந்திரியானார். பின்னர் அவர்மேல் பல ஊழல் குற்றச்சாட்டுகள். தேவகௌடா அரசியல் லாட்டரி அடித்து பிரதமமந்திரி ஆனபோது, அவர் பொறாமையைப் படம் பிடித்த ஒரு அறிக்கையை ஹெக்டே வெளியிட்டார். பின்னர் சில மாதங்களில் காலமானார். கற்பனை யின் குமிழிகள் வாழ்வில் ஒவ்வொரு நாளும் சிதறிக் கொண்டே யிருக்கின்றன. மனம் ஒருபுறம் அவநம்பிக்கையை வளர்த்துக் கொள்கிறது. மறுபுறம் சளைக்காமல் புதிய நம்பிக்கைகளுக்கு அடிக்கால் போடுகிறது.

❍

இப்பத்திகளைத் தொகுக்கும்போது நான் கருத்து நீக்கம், திருத்தம் எதையும் செய்யவில்லை. மொழி ரீதியான திருத்தங்கள், பிழை நீக்கங்கள் மட்டுமே

செய்துள்ளேன். மதுரையில் நடந்த ஒரு கூட்டத்தின் தொடர்பில் நான் எழுதிய ஒரு குறிப்பை நீக்கிவிட்டேன். இப்போது படிக்கும் போது மிகக் குறுகிய வட்டத்திற்கு மட்டுமே விளங்கக்கூடியதாக வும் பொதுவான வாசகருக்கு தேவையற்றதாகவும் தோன்றியது. அது போல 'ஜனநாயகம்' என்று தலைப்பிட்ட சிறுகுறிப்பையும் அதில் இருக்கும் ஒரு தகவல் பிழை கவனத்திற்கு வந்ததால் நீக்கிவிட்டேன். இது பற்றி பின்னர் சற்று விரிவாக எழுதவேண் டும். ஒரே ஒரு வாக்கியத்தை மட்டும் அடித்து நீக்கிவிடலாமா என்று தோன்றியது. ஞாநியின் 'ஓ பக்கங்க'ளுக்கு விவாதமாக எழுதிய ஒரு குறிப்பில் "சசிகலா தமிழக அரசியலில் பிரதிநிதித் துவப்படுத்தும் அம்சங்களுக்கு கனிமொழி நேர் எதிர்" என்றிருக் கும் வாக்கியத்தைச் சமகால வரலாறு ஈவிரக்கமின்றி கொன்று விட்டது. இதை மீண்டும் இந்நூலுக்காக படித்தபோது *'eating your words'* என்ற தொடரை நினைத்துக்கொண்டேன்.

புப்புல் ஜெயகர் *(Pupul Jayakar)* இந்திரா காந்தியின் காலத் தில் இந்தியாவின் பண்பாட்டு அரசியாக வருணிக்கப்பட்டவர். மிகச்சிறிய வயதிலேயே ஜே. கிருஷ்ணமூர்த்தியால் கவரப்பட்டார். பின்னர் ஜே.கே. மற்றும் இந்திரா காந்தி வாழ்க்கை வரலாற்று நூல்களை எழுதியிருக்கிறார். அவருக்கு சுமார் 20 வயதிருக்கும் போது அவர் தந்தையார் இறந்துவிட்டார். பல மாதங்களாகியும் அவர் தாயார் துயரிலிருந்து மீளாமலேயே இருந்தார். கவலை யுண்ட புப்புல் இதை ஜே.கே.யிடம் சொல்ல, அவர் தாயாரை அழைத்துவரச் செய்து சந்தித்தார். அவர் சோகத்தை முழுமை யாகக் கேட்ட ஜே.கே. இறுதியில் சொன்னாராம்: "உங்கள் துக்கத்தைப் புரிந்துகொள்கிறேன். ஆனால் நீங்கள் யாருக்காகத் துக்கப்படுகிறீர்கள் என்பதை யோசியுங்கள். நீங்கள் திருமணம் செய்த நபருக்காகவா அல்லது இறந்துபோன நபருக்காகவா? நிச்சயமாக இருவரும் வேறு வேறு நபர்கள்."

○

எழுத்து வடிவங்களில் எனக்குத் தீராத ஆர்வம் தரும் வடிவம் பத்திதான். முன்னர் நான் உலகத்தமிழ்.காமில் எழுதிய ஒரு வகையான பத்திகள் 'பதிவுகள் அழியும் காலம்' நூலாக வந்திருக்கின்றன. இது இன்னொரு வகை. விவாதப்பாங்கில் எழுதிய 'மௌனத்தின் சிறகடிப்பு' நூல் வடிவம் பெறாமலேயே உள்ளது. 'நீரோட்டம்' என்ற வகைமையில் *காலச்சுவடில்* தொடர் பத்திகள் வெளியிட்டபோது ஒன்றிரண்டு எழுதிப் பார்த்தேன். தீவிரமான அரசியல் கருத்துகளுக்கான 'கண்ணோட்டம்' *காலச் சுவடில்* விட்டுவிட்டு வெளிவருகிறது. ஆர்வம் இன்னும் தணிய வில்லை.

நாகர்கோவில், **கண்ணன்**

20.05.2011.

முன்னுரை

தேன் மட்டும் பெயர் தெரிந்த திரவம்

பத்தாண்டுகளுக்கு முன்பிருக்கும், சென்னையில் பன்னாட்டு காபி விடுதி ஒன்றுக்கு ஆ.இரா. வேங்கடாசலபதி அழைத்துப் போனார். கண்ணன், மதிவாணன், நான் உட்பட நால்வர். காபி மட்டும் அருந்துவது நோக்கம். அவரவருக்கு வேண்டிய பானத்தை அவரவர் கேட்டு பெற்றுக்கொள்ளுங்கள் என்று சொல்லிவிட்டார் சலபதி. அந்த ஆங்கில மெனு கார்டில் நாடுகளின் பெயர்களைத் தவிர வேறெதுவும் கேட்ட மாதிரியோ பார்த்த மாதிரியோ இல்லை. நானும் மதியும் ஏதோ ஒரு நாட்டுத் தேநீரைச் சொன்னோம். சிறியதும் பெரியதுமான அழகான கண் ணாடிக் குவளைகளில் வந்தன விதவிதமான திரவப் பதார்த்தங்கள். தேன் மட்டும் பெயர் தெரிந்த திரவம். டிகாக்ஷன் போல ஏதோ இருந்தது. பாலைக் காணோம். மற்றவை அநாமதேயங்கள். என்ன இவை என்றேன். நீங்கள் கேட்டவைதான் என்று உறுதி செய்தார் சலபதி. பொருள்கள் பிடிபடவில்லை. சேர்மானம் தெரியவில்லை. எதையோ எந்த அளவிலோ கலந்து கலந்து பார்த்தோம். குடிக்கும் சுவைக்கு அது மாறவே இல்லை. கண்ணனும் சலபதியும் ஒரு குறிப்பிட்ட தேநீரை வரவழைத்துக் குடித்து திருப்தியுடன் வெளியேறினர். கற்றுக்கொள்ள எவ்வளவும் செலவழிக்கலாம் என்று சொல்லி சலபதிதான் 600 ரூபாய் கொடுத்தார். எதைக் கற்றுக் கொண்டோம் என்று இன்று வரை தெரியவில்லை. மதிவாணன் ஏதாவது கற்றுக் கொண்டிருக்கலாம் என்று நினைக்கிறேன். அதற்குப் பிறகு தான் அவர் பல்கலைக்கழகப் பேராசிரியர் ஆனார்.

உலகமயமாதல் என்ற புதிய சூழலில் ஒரு தேநீர் கலந்து குடிக்கக் கூட வெளிநாட்டு அனுபவம் தேவைப்படுகிறது. உலகப் பயணங்களில் திளைக்கும் ஒருவர் எழுதிய நூலுக்கு, பன்னாட்டு முனையம் பக்கமே போகாத ஒருவரின் முன்னுரை நூலின் பரவும் தூரத்தை அதிகப்படுத்த முடியுமா என்ற என் சந்தேகத்துக்கு நான் சரியான பதிலையே தந்தேன். சொன்னால் கேட்டால் தானே.

பத்திரிகை, பதிப்பகம், லௌகீக வாழ்க்கையில் ஏற்பட்ட தன் அனுபவத்தை வாசகர்களுடன் பகிர்ந்துகொள்ளும் வகையில் கண்ணன் சுவையான மொழியில் பத்திகளை எழுதுகிறார். இத்தகைய 17 பத்திகளின் தொகுப்பு 'அகவிழி திறந்து'. 2007 – 2010இல் *காலச்சுவடு* மாதஇதழில் இதே தலைப்பில் வெளிவந்தவை இவை.

பேநசீர் படுகொலை, மாற்றுப் பதிப்பகம், அரேபிய இனவாதம், இஸ்தான்புலின் அராஃப் இசைவிடுதி பற்றிய கண்ணனின் பத்திகள் உலகப்பார்வை கொள்கின்றன. சென்னைச் சங்கமம், செம்மொழி மாநாடு உள்ளிட்ட தமிழகம் சந்தித்த நிகழ்கால சம்பவங்கள் பற்றிய பத்திகள் தமிழகப் பார்வையைக் கொண்டவை. மணவிழா, கல்லூரி, விமர்சன அரங்கம் போன்ற கலாச்சார மையங்களில் நிகழ்த்தப்பட்ட உரைகள் தேவைக் கேற்பப் பத்திகளாகியுள்ளன. இவை இடம் சார்ந்து பண்பாட்டை, நவீனத்தைப் பேசுகின்றன. பொதுவாகச் சொல்லப் போனால் நவீனத் தமிழ்ச் சமூகம் எதிர்கொள்ளும் சமூகப் பண்பாட்டு ஆக்கங்களை இப்பத்திகள் பேசுவதாகக் குறிப்பிடலாம்.

கரையோர மரத்தின் நிழல்களைப் பிரதிபலிப்பதில் ஆயாசம் கொள்ளாத ஆற்றைப் போல் கூர்மையாகப் பார்த்தல் என்பது இயல்பாகவே ஆகிவிட வேண்டும் என்று சு.ரா. ஆசைப் பட்டார். அது மகனுக்குக் கைவந்துவிட்டது. கீழிருந்து பார்ப்பவனுக்கு அதிகார வர்க்கம் திமிரின் அடையாளம். மேலிருந்து இயக்குபவனுக்குக் குழையும் நாயாக அது தோன்றும். கண்ணன் அதிகார வர்க்கத்தை இப்படி வர்ணிக்கிறார். 'நமது அதிகார வர்க்கம் போலத் திமிரும் பணிவும் பதற்றமும் சுரணைகெட்டத் தனமும் இளிப்பும் வன்முக பாவமும் ஒருங்கே இணையப் பெற்றவர்களைப் பார்ப்பது அரிது.' எப்படிப்பட்ட கூர்மையான அவதானிப்பு இது. ஒரு அரசாங்க அலுவலகத்துக்குள் சிலமுறை போய் வந்த அனுபவம் உள்ளவர்களுக்கு இந்த வருணனை புரியும்.

பத்திகள் சுவை கொண்டதாய் அமைந்திருப்பதற்குக் காரணம் உணர்ந்ததை மட்டும்தான் அவர் எழுதுவதாக இருக்க

லாம். 'எம்.எஸ். அலுவலகத்திற்கு வருவதுமில்லை. போவது மில்லை. தோன்றுகிறார், மறைகிறார்.' அவரைப் பற்றி அறிந்தவர் களுக்கு இந்த அவதானிப்பு தரும் சுவை அலாதியானது.

நவீன இலக்கிய வாசகனின் உள்ளக்கிடக்கையைத் தைரியத்துடன் ஆதாரங்களுடன் வெளிப்படுத்திவிட முடிவது தான் கட்டுரையாளர் கண்ணனின் வாசக பலம். இந்த என் வாக்கியத்தின் ஆதாரம் ஜான் டேவிட் பற்றிய கண்ணனின் கட்டுரை. காலத்தின் பார்வையை முன்னெடுக்கும் கலைஞனின் பார்வை அப்படித்தான் இருக்க முடியும். நிகழ்காலமும் சட்டமும் திணிக்கும் நியாயத்தைத் தாண்டியதான ஒரு இடத்தில் மனிதாபிமானம் உயிர்கொள்கிறது. பாரஞ் சுமக்கிறவர்கள்தாம் எப்போதும் கலைஞனின் தோழர்கள். கட்டுரையாளரின் கலை உள்ளம் பத்திகளில் வெளிப்படாது போய்விடுமா என்ன?

தாரிக் அலி, அஸ்கர் அலி இஞ்சினியர், ஆஷிஷ் நந்தி, கிளாட் அல்வாரிஸ் போன்றோரின் எழுத்துகளில் மனம் கவிந்த வராக அறியவரும் கண்ணன் அறிவுலக சஞ்சாரியாகப் பொது வாகக் கருதப்படுபவர். ஆனால் அவர் பலசமயம் உள்ளுணர் வின் வழிகாட்டலில் நகர்த்தப்படுகிறவர் என்று அவரது எழுத்து களிலிருந்து தெரிகிறது. இதுபோல் காரணகாரியமற்ற அதர்க்கப் புள்ளியில் கலைஞனின் ஆன்மா மையம் கொண்டிருப்பது ஆச்சரியமும் அல்ல.

அறிவியல் சார்ந்த முடிவுகளும் தர்க்கம் சார்ந்த கேள்வி களும் கண்ணனின் மனவாசல் முற்றத்தில் ஒரு கண்காணி யைப் போல எப்போதும் நின்று கொண்டிருக்கின்றன. அவற்றின் பார்வை படாமல் அவரது மனவீட்டிலிருந்து எந்த ஒரு எழுத்தும் வெளியேறிவிட முடியாது. இந்த நுண்நிகழ்வு அவரது ஒவ்வொரு எழுத்திலும் நிகழ்ந்துகொண்டேயிருக்கிறது.

இந்த விதியை மீறிய கண்ணனின் எழுத்துகள் குறைவு. அம்மாதிரியான நேர்வுகளில், முன்பே சொன்னமாதிரி ஒரு உள்ளுணர்வு அவரை வழிநடத்துகிறது. உள்ளுணர்வின் கட்டளை யால் இயங்கும்போது அறிவியலும் தர்க்கமும் தாமாகப் பின் நகர்ந்துவிடுகின்றன. வழக்கத்தை மீறுவதாலோ என்னவோ, அப்போது வெளிப்படும் கண்ணனின் வார்த்தைகள் பதற்றம் நிரம்பியவை. தற்காப்பைக் கோருபவை. அம்மாதிரியான இரண்டு சான்றுகள் இப்பத்திகளிலிருந்து தரமுடியும்.

"இதை (உள்ளுணர்வின் இருப்பை) மறுக்கும் தர்க்க சாஸ்திரிமீது எனக்குத் துளிகூட மதிப்பு கிடையாது. இதை அடிக்கும் *கணினி*யின் மீது எனக்குள்ள மதிப்புகூடக் கிடை யாது." இப்படி ஒரு இடத்தில் சு.ராவின் வார்த்தைகளால்

பதற்றத்தைத் தணித்துக்கொள்கிறார். (தட்டச்சுப் பொறி கண்ணன் அடிக்கையில் கணினி ஆகிவிட்டது.)

கேரளக் காயல் பகுதியிலிருக்கும் விடுதியில் நேர்ந்த ஒரு சம்பவத்தைக் குழப்பமாக முன் உணர்ந்தது பற்றிய விவரிப்பின் கடைசி வரிகள்: "மானுடப் புரிதலின், அறிதலின் சாத்தியங்களை மிகப்பரந்த வீச்சோடு நாம் அணுகிப் புரிந்துகொள்ள வேண்டிய அவசியம் இருக்கிறது. புரிதலுக்கு அறிவியலும் பகுத்தறிவும் பயன்படுவது சிறப்பு. இக்கருவிகளின் வரையறைக்கு ஏற்ப புரிதலை வெட்டிச் சிதைப்பது அபத்தம்" என்று இன்னொரு முறை கேள்விகள் தாண்டிய பிரதேசத்துக்குள் அடைக்கலம் தேடுகிறார்.

உணர்ச்சியைத் தூண்டுவதல்ல இப்பத்திகளின் நோக்கம். தன்னைக் கிளர்த்திய ஒவ்வொரு நிகழ்வுக்கும் பின்னால் நிற்கும் அறத்தையோ மறத்தையோ கோடி காட்டுவதே கண்ணனின் குறிக்கோள். அது அரசியலாய் இருக்கலாம். ஆச்சரியமாய் இருக்க லாம். போலிமை, ஏமாற்றம் என்பவையாகவும் இருக்கலாம்.

'தொழில் முற்போக்காளர்கள்', 'பண்பாட்டுக் காவலர்கள்', 'புரட்சிகர' அறிவுஜீவிகள்மீது கண்ணனுக்கு இருக்கும் கடும் விமர்சனம் எல்லாப் பத்திகளிலும் வெளிப்படுகிறது. சீரான பார்வை இன்மை என்பது முற்போக்காளர் மீதான கோபம் எனில் நவீன மாற்றத்தைக் கைக்கொள்ளாமல் விக்டோரியா காலமதிப்பீடுகளைத் தாங்கி பிடிப்பது பண்பாட்டாளர் மீதான வருத்தம். பங்களிப்பு ஏதுமின்றி எதிர்ப்பு அரசியலால் தம் இருப்பை, நியாயப்படுத்திக்கொள்வது புரட்சிகர அறிவுஜீவி களிடம் காணும்குறை.

'தமிழின் தொன்மை குறித்த சான்றுகள் வெளிவர, வெளிவர தன்னம்பிக்கை கொள்ளாமல் பதற்றங்களைக் கூட்டிக் கொண்டே போவது இவர்களால் உருவாக்கப்பட்டிருக்கும் அடை யாளத்தின் போதாமையை அம்பலப்படுத்துகிறது' என்று சொல்லும்போதும், மேற்குலகினர் தமிழையும் சமஸ்கிருதத்தை யும் தவறாகவோ சரியாகவோ உச்சரிக்கும்போது தமிழர் அடையும் புளகாங்கிதம் தாழ்வு மனப்பான்மையின் விளைவு என்று இடித்துரைக்கும்போதும் மிகையானதாகவோ எதிர் திராவிட நிலையினதாகவோ மட்டும் அவை சுருங்கிவிடவில்லை.

கண்ணன் உவமையாகவும் விமர்சனமாகவும் பயன்படுத் தும் தமிழ் இலக்கியச் சொற்றொடர்கள் பொருத்தமாகவும் மிகச் சரியாகவும் வந்துவிழுவது ஆச்சரியம் தருகிறது. உதாரணம் 'காக்கை உகக்கும் பிணம்'. ஆனால் அவை எப்போதும் சுருக்க மாக இருக்கின்றன என்பது இன்னொரு ஆச்சரியம். ஆனால்

சேரனையோ மாயா ஏஞ்சலோவையோ குறிப்பிடும்போது வரிகள் நீள்கின்றன. பழந்தமிழ் ஆட்சி அளவில் சுருங்கியும், நவீன கவிதைகள் கண்ணிகள் அளவில் நீளவும் காரணம் என்னவாக இருக்கும்! பழந்தமிழ் அவரைக் கவர்ந்த அளவு பயமுறுத்தியும் வைத்திருக்கிறது போலும்.

கண்ணனின் தொடக்க கால எழுத்துகளில் தொடர்புடைய வர்களின் இரத்த அழுத்தத்தை மேலேற்றிவிடும் சில சீண்டல் கள் வெளிப்படையாக இருந்ததைப் பலரும் கவனித்திருக்கலாம். ஆதாரங்களின் வலுவில் சிலிர்த்தவை அவை. இப்போது ஒரு வகை மென்மை மேலெழுந்து வருவதை உணர முடிகிறது. தொடர்புடையவர்கள் படிக்க முடியாமல் இருப்பது நல்ல எழுத்து அல்ல. எதிரிகளாலும் படிக்க முடிவதே பயன்தரும் எழுத்து. மதுரை தினகரன் கொலைகள் பற்றிய கட்டுரை மென்மை மேலெழுந்தமைக்குச் சிறந்த எடுத்துக்காட்டு. தாமத மாக வெளிவந்தாலும் பிரச்சினையின் முழுப் பரிணாமமும் நிதானமும் மிக்கது அது. பலர் அக்கட்டுரையைப் பாராட்டி இருந்தனர். அவ்வகைக் கட்டுரைகள் கொண்டதல்ல இந்நூல். 'அகவிழி திறந்து' என்னும் பத்தி வகையில் அமையும் சிறகடிக் கும் மனப்பதிவுகள் இவை. சுய அனுபவம் சார்ந்து அகவிழியைத் திறக்க முயலும் முயற்சிகள்.

கூர்மையான அவதானிப்பு, உலகப் பார்வை, உண்மைத் தேட்டம், மொழி நவீனம், இலக்கிய அழகு ஆகியவற்றோடு சுவை மிகுந்த சொல் முறையும் அகவிழி திறப்பு முயற்சியில் கண்ணனுக்கு உதவுகின்றன.

மொழிஆளுகையில் சித்திரக்காரனின் லாவகம், இழை யோடும் குறும்பு, மிகை அற்ற சொற்கள், ஆங்கில வாசனை வீசும் வாக்கிய அமைப்பு ஆகியவை கூடிவந்து, நவீன அல்புனைவு எழுத்தைப் பிரதிநிதித்துவப்படுத்துவது கண்ணனது எழுத்து.

சென்னை, **பழ. அதியமான்**
14.05.2011.

1

திருமண உரை

பொ. வேல்சாமி கொஞ்சம் விநோதமான நபர் என்ற எண்ணம் எனக்கு உண்டு. சமீபத்தில் அதை உறுதிப்படுத்தும் வகையில் அவரது மகளின் திருமணத் திற்கு என்னைப் பேச அழைத்தார். இதுவரை நான் உரைகள் நிகழ்த்தப்படும் திருமணம் ஒன்றே ஒன்றில் தான் கலந்து கொண்டிருக்கிறேன். நாடகக் கலைஞர் முருகபூபதியின் திருமணம். அதில் எதிர்பாராதவிதமாக என்னைத் தமிழ்ச்செல்வன் மேடைக்கு அழைக்க, வெல வெலத்துப்போய் ஒரே ஒரு வாக்கியம் பேசிவிட்டு இறங்கி விட்டேன். தமிழ்ச்செல்வன் தலையிலடித்துக்கொண்டார். வேல்சாமி வீட்டுத் திருமணத்திற்கு ரயில் டிக்கெட் கிடைக்காமல் உடன் டிக்கெட் பகுதியில் தொற்றிக் கொண்டு சென்னை போய்ச் சேர்ந்தேன். பேச வேண்டிய 20 வரிகளின் பிரிண்ட் அவுட் கைவசம் இருந்தது.

திருமண வீட்டில் குறிப்பை எடுத்துப் படிக்க மாச்சப் பட்டு மனப்பாடமாகப் பேச முயன்றேன். இடையில் ‘பிட்’ அடிக்கும்படி ஆகிவிட்டது. பேசும் சூழலும் இருக்க வில்லை. பேச வைத்திருந்தது இதுதான்:

நண்பர் பொ. வேல்சாமி வீட்டுத் திருமண வரவேற் பில் பேசக் கிடைத்த இந்தச் சந்தர்ப்பம் மிகுந்த மகிழ்ச்சி யைத் தருகிறது. உரைகள் நிகழ்த்தப்படும் திருமணங்களில் நான் அதிகம் கலந்துகொண்டது இல்லை. எனவே என்னைப் பேசும்படி நண்பர் வேல்சாமி கேட்டுக்கொண்ட தும், முதலில் சிரிப்பாக இருந்தது. உடனே நமக்கு வயதாகி விட்டதோ என்ற கவலை ஏற்பட்டது. கூடவே பிரமுகர் ஆகிக்கொண்டிருக்கிறோமோ என்ற பயமும் பிறந்தது.

நண்பர் வேல்சாமிக்கும் எனக்குமான உறவு தமிழ் சினிமாவில் வரும் காதல் போன்றது. பத்தாண்டுகளுக்கு முன்னர் சண்டை சச்சரவில் முளைவிட்டு இப்போது நட்பாக மலர்ந்திருக்கிறது.

நண்பர் வேல்சாமியை நினைக்கும்போது இரண்டு விஷயங்கள் நினைவுக்கு வருவதைத் தவிர்க்க முடியாது. ஒன்று புலமை. மற்றொன்று முட்டை. புலமையும் முட்டையும் இவரிடம் இணைந்திருப்பது ஒரு சுவையான முரண்பாடு. பகுத்தறிவும் சாய்பாபாவும் இப்போது இணைந்திருப்பதுபோல. மற்றொரு முரண்பாடு புலமையும் செல்வமும்.

வியாபாரத்தின் பிச்சுப்பிடுங்கல்களுக்கு மத்தியில் நண்பர் வேல்சாமி புலமையை வளர்த்துக்கொள்வதைப் பார்க்கும்போது, இதே போன்ற சூழலில் படைப்புப் பணியில் ஈடுபட்ட சு.ரா வின் நினைவு எனக்கு ஏற்படுவதுண்டு. ஆனால் வியாபாரத்தில் அவருக்கு இருந்த மன நெருக்கடி வேல்சாமிக்கு இருப்பதாகத் தெரியவில்லை. முட்டை வியாபாரத்தையும் இவர் ரசித்தே செய்வதாகத் தோன்றுகிறது. தான் செயல்படும் இரு தளங்களிலும் அதிக முரண்பாடு இல்லாமல் இவர் செயல்படுவதைப் பார்க்கும்போது அவர் கொடுத்து வைத்தவர் என்று சொல்லத் தோன்றுகிறது. அதற்காகத் தெய்வ நம்பிக்கைகொண்ட நண்பர்கள் வேல்சாமி சார்பாக இறைவனுக்கு நன்றி சொல்ல வேண்டும்.

சமீபத்தில் வேல்சாமியுடன் பேசிக்கொண்டிருந்தபோது தாலிகட்டும் பாரம்பரியமே தங்கள் சமூகத்தில் கிடையாது என்றார். எனக்குக் கேட்க வியப்பாகவும் குதூகலமாகவும் இருந்தது. தமிழ்நாட்டில் என்னுடைய ரத்த அழுத்தத்தை அதிகரிக்கக்கூடிய சில விஷயங்கள் உண்டு. ஒன்று, விசுவின் அரட்டை அரங்கம். இரண்டு, தமிழுக்கு எந்தப் பங்களிப்பும் செய்யாது தமிழை நக்கிப் பிழைப்பவர்கள், தமிழ்க் காவலர்களாக வேஷம் கட்டுவது. மூன்றாவது, சினிமாக்காரர்களும் அரசியல்வாதிகளும் கற்பு பற்றிப் போதிப்பது. நான்காவது, தொலைக்காட்சித் தொடரில் பெண்கள் தாலிப்பிச்சை கேட்பது.

தமிழ் இதழ்கள், தமிழ்த் தொலைக்காட்சிகள், தமிழ் சினிமா ஆகியவற்றை அவதானிக்கும்போது தமிழ்ப் பண்பாடே தாலியில்தான் தொங்கிக்கொண்டிருக்கிறதோ என்ற ஐயம் தோன்றும். தாலியே கட்டாத திருமணங்களும் நமது வாழும் தமிழ்ப் பண்பாடுதான் என்பது இன்றைய சூழலில் நம்பிக்கை தரும் செய்தி. இதுபோன்ற இழைகளைச் சேகரித்து, நமது ஆணாதிக்கப் பண்பாட்டுக் காவலர்களின் விக்டோரியத் தமிழ்ப் பண்பாட்டிற்கு மாற்றான, பெருந்தன்மையும் சமத்துவமும் வாய்ந்த தமிழ்ப் பண்பாட்டை உருவாக்க முடியும். இந்தச் செய்திதான் இத்திருமண விழாவில் நான் இரட்டிப்பு மகிழ்ச்சியுடன் கலந்துகொள்ளக் காரணமாகிறது.

மணமக்களுக்கு என் மனமார்ந்த வாழ்த்துக்கள்.

தேவை: தொழில் நேரம்

சென்னைப் புத்தகச் சந்தை சுறுசுறுப்பு அடைந்ததில் பல அனுகூலங்கள் ஏற்பட்டுள்ளன. ஒன்று, புத்தகங்கள் நன்கு விற்பனையாவது. இரண்டாவது, புத்தகச் சந்தையைத் தங்கள் அற்ப அரசியலுக்கான களமாக ஆக்கிக்கொண்டிருந்தவர் களின் இயல்பான வெளியேற்றம்.

பாதகமான அம்சம், இலக்கிய விவாதங்களும் மட்டுப்பட் டிருப்பது. மற்றொன்று, பதிப்புத் தொழில் சார்ந்த செயல்பாடு களுக்கும் நேரமும் இடமும் இல்லாமலாகிவிட்ட நிலை. புத்தகச் சந்தையில் தொழில் சார்ந்த சந்திப்புகளுக்காக நேரம் அல்லது நாள் ஒதுக்க வேண்டிய தருணம் வந்துவிட்டது. விற்பனை யாளர்கள், பதிப்பாளர்கள், ஏற்றுமதியாளர்கள் ஆகியோரின் தொழில் சார்ந்த நடவடிக்கைகளும் சந்தையில் நடைபெற வேண்டியது மிக அவசியம்.

புத்தகச் சந்தையில் ஒரு முறை வலம் வருவது வாசகர் களுக்குச் சோர்வு ஏற்படுத்தும் அளவு கடைகளின் எண்ணிக்கை அதிகரித்துவிட்டது. வரும் ஆண்டுகளில் இன்னும் விரிவடையும். எனவே தமிழ், ஆங்கிலம் எனப் பிரித்து இரண்டு கூடாரங்கள் அமைக்கலாம். ஒரு தெளிவு ஏற்படும்.

அநீதியான ஒப்பீடு

ஆனந்த விகடன் புத்தாண்டுச் சிறப்பிதழைச் சற்றுத் தாமதமாகவே படிக்க முடிந்தது. சினிமா சார்ந்த செய்திகளையும் தாண்டிப் பல பொருட்கள் பற்றிய செய்திகளையும் கட்டுரை களையும் வெளியிடும் ஆரோக்கியமான மாற்றம் *ஆனந்த விகடனில்* ஏற்பட்டதிலிருந்து தொடர்ந்து வாசிக்க முயன்று வருகிறேன். பயணங்களிலும் வேலை நெருக்கடியிலும் சில இதழ்கள் விடுபட்டுவிடுவதுண்டு. *ஆனந்த விகடனில்* தொடர்ந்து படிக்கும் பகுதிகளில் ஒன்று ஞாநியின் 'ஓ பக்கங்கள்'. வெகு ஜனத் தளத்தில் மாற்றுக் கருத்துகள் புழங்கும் குறைவான தளங்களில் ஒன்று 'ஓ பக்கங்கள்'.

மேற்படி இதழின் 'ஓ பக்கங்கள்' தலைப்பு "சசிகலா நிதி அமைச்சர், கனிமொழி கல்வி அமைச்சர்". இந்த ஒப்பீடு துணுக்குற வைத்தது. உள்ளே செம்மொழிக் குழுவில் கனிமொழி இடம்பெற்றதை ஞாநி கண்டித்திருந்தார். வருங்காலத்தில் ராகுல் காந்தி உள்துறை அமைச்சராகவும் சசிகலா நிதி அமைச்ச ராகவும் கனிமொழி கல்வி அமைச்சராகவும்கூடும் எனும் சாத்தியப்பாட்டையும் அவர் முன்வைத்திருந்தார்.

இவை நியாயமற்ற வார்த்தைகளாகவும் கலைஞர் மீது ஞாநி சமீபகாலமாக வெளிப்படுத்திவரும் வன்மமும் கோணலும் வெளிப்படும் கண்டனங்களின் உச்சமாகவும் தோன்றின. கலைஞர்மீதான வன்மத்தை அவர் கனிமொழிமீதும் காட்டி யிருப்பது மிகுந்த ஏமாற்றத்தை அளித்தது. கனிமொழிக்கு ஞாநியின் மனதில் 'கலைஞரின் மகள்' என்பதைத் தாண்டிய எந்தப் பரிமாணமும் இல்லை, அல்லது அது இங்கு வெளிப்பட வில்லை என்பது அவரது பெண்ணிய ஆதரவு நிலைப்பாட் டிற்குக் களங்கம் சேர்ப்பதாக உள்ளது. ஏனெனில் கனிமொழி யின் பிற தகுதிகளை ஆராய்ந்து ஞாநி தன் கருத்தைப் பதிவு செய்யவில்லை.

ஞாநியின் எழுத்துகளில் கலைஞர் பற்றிய விமர்சன பூர்வமான மரியாதை ஒரு காலகட்டம் வரை இருந்தது. பாஜகவுடன் திமுக உறவுகொண்ட பின்னர் ஞாநி கலைஞரைக் கருத்தியல் அடிப்படையில் கடுமையாக விமர்சிக்கத் தொடங்கி னார். விரைவில் இக்கருத்தியல் விமர்சனங்கள் தனிப்பட்ட வன்மத்தை வெளிப்படுத்தத் தொடங்கின. ஞாநியின் *magnificent obsession*ஆகக் கலைஞர் மாறிச் சில ஆண்டுகள் ஆகின்றன. இதற்கு மறுபக்கமும் உண்டு. ஞாநியின் விமர்சனங்களைத் திமுகவும் அதன் ஊடகங்களும் சகிப்புத்தன்மையற்று எதிர் கொண்டன. எடுத்த எடுப்பிலேயே அவர்மீது சாதியக் குற்றச் சாட்டைச் சுமத்தின. இந்த ஆட்சியில் கண்ணகி சிலை மறு பிரதிஷ்டை செய்யப்பட்டபோது, ஞாநி வெளிப்படுத்திய விமர்சனத்தைத் திமுக தலைமை எதிர்கொண்ட விதம் அச்சத்தை ஏற்படுத்துவதாக இருந்தது. ஞாநிமீது பல குற்றச்சாட்டுகளை வைக்கலாம். ஆனால் சாதி உணர்வு கொண்டவர் என நெஞ்சுக்கு நீதி கொண்டு சிந்திப்பவர்கள் சொல்ல முடியாது. இந்தக் குற்றச்சாட்டு முன்னரும் ஞாநிமீது சுமத்தப்பட்டிருக் கிறது. கருத்து வேறுபாடு கொண்டவுடனேயே மர்ம ஸ்தானத் தில் அடிக்கும் கடைநிலைப் பண்பின் வெளிப்பாடாகவும் பல சமயங்களில் குற்றஞ்சாட்டுபவர்களின் சாதிய உணர்வின் சான்றாகவும் இவை அமைந்துவிடுகின்றன.

செம்மொழிக் குழுவில் முன்னரும் இப்போதும் பங்கு பெற்ற, பெற்றிருக்கும் உறுப்பினர்களின் பலரின் தகுதி என்ன என்பதை ஆராய்ந்து அவற்றோடு கனிமொழியின் தகுதிகளை ஒப்பிட்டு விவாதிப்பதே சரியானது. செம்மொழிக் குழுவிலும் அரசு அமைக்கும் பிற பண்பாட்டுக் குழுக்களிலும் இடம்பெற் றிருப்பவர்களுக்கு அவர்களின் தகுதிதான் அடிப்படையாக உள்ளதா? அல்லது வேறு காரணங்களா? அந்தக் காரணங்கள் 'வாரிசு' என்பதைவிட மேலானவையா? மேலும் ஞாநி 'வாரிசு'

என்ற கோணத்தில் மூடத்தனமாக எதிர்ப்பவர் அல்ல. ஸ்டாலினுக்குத் திமுகவில் அளிக்கப்படும் பொறுப்புகளை அவருடைய தகுதி மற்றும் அனுபவம் சார்ந்து ஞாநி ஆதரித்து எழுதியுள்ளார். எனவே கனிமொழி விஷயத்திலும் அதே அணுகுமுறையைக் கையாள வேண்டும். கனிமொழிக்குப் பதிலாக அவரைவிடத் தகுதியான ஒருவர் நியமிக்கப்படுவதற் கான வாய்ப்பைச் சமகால அரசியலின் நியமன முறைகள் வெளிப்படுத்தவில்லை. மொழி சார்ந்த நவீனப் பார்வையும் திமுகவினுள்ளும் அப்பாலும் இருக்கும் அறிவுஜீவிகளுடனான உரையாடலும் கொண்டவர் கனிமொழி. மொழிசார்ந்த பிற்போக்கான பார்வைகொண்ட இன்னொரு தமிழறிஞரை விட கனிமொழி இடம்பெற்றிருப்பது சாதகமானதாகவே எனக்குப்படுகிறது.

ராகுல் காந்தி மற்றும் சசிகலாவுடனான ஒப்பீடு சிறிது அளவுகூட நியாயம் அற்றது. ராகுல் காந்தி அரசியலில் இயங்கி வரும் ஒரு நாடாளுமன்ற உறுப்பினர். அவரைப் பொறுத்த வரையில் ஒரே கேள்வி 'எப்போது?' என்பதுதான்; 'ஆவாரா?' என்பது அல்ல. சசிகலா தமிழக அரசியலில் பிரதிநிதித்துவப் படுத்தும் குணாம்சங்களுக்குக் கனிமொழி நேர் எதிர். இங்கே எந்த ஒப்பீட்டுக்கும் இடம் இல்லை. அரசியல் சார்ந்த ஆர்வத் தைக் கனிமொழி சிறிதளவும் வெளிப்படுத்தாத நிலையில் ஞாநியின் இந்த ஒப்பீடுகள் புண்படுத்தும் நோக்கத்துடன் மேற்கொள்ளப்பட்டவையாகவே தோன்றுகின்றன. கனிமொழி வழி அவர் கலைஞரைத் தாக்குவது, மிக நாகரிகமாகச் சொல்வது என்றால், துரதிருஷ்டவசமானது.

காலச்சுவடு வியாபாரம் பற்றி

நவீனத் தமிழ் எழுத்தாளருக்கான அரங்குகளை உருவாக் கும் பணியில் 'காலச்சுவடு' சுமார் 10 ஆண்டுகளாக இயங்கி வருகிறது. புத்தக வெளியீட்டு அரங்குகள் இவற்றில் ஒரு சிறு பகுதி மட்டுமே. அறிவார்ந்த வசூல் சிறப்பாகவும் பொருட் செலவு நியாயமானதாகவும் இருப்பது இவற்றின் பொதுப் பண்பு.

காலச்சுவடு இதழின் 87 எண்கள் வெளிவந்துள்ளன. சுமார் 200 வெளியீடுகள். *காலச்சுவடு* இதழில் எந்த ஒரு பக்கமும் விற்பனை கருதிப் பிரசுரிக்கப்பட்டதில்லை. எந்த வெகுஜன எழுத்தும் எங்கள் பக்கங்களில் இடம்பெற்றதில்லை. விற்பனை கருதி எந்த நூலையும் இன்றுவரை வெளியிட்ட தில்லை. விற்பனைக்காக உள்ளடக்கத்தில் சமரசம் செய்யாமல்,

எங்கள் பார்வையின் அடிப்படையில் உருவாகும் இதழையும் நூலையும் பரவலாக விநியோகம் செய்யவும் விற்பனை செய்ய வும் அனைத்து முயற்சியும் மேற்கொள்வதே எங்கள் பணியாக இருந்துவருகிறது.

இந்நாள்வரை எங்கள்மீது வைக்கப்படும் 'வியாபாரம்' என்ற குற்றச்சாட்டுப் பற்றி மௌனம் சாதித்ததற்குக் காரணங் கள் உண்டு. பதிப்புத் தொழில் பிற தொழில்கள்போல வியாபார மாகச் செய்யப்படுவதில் தவறில்லை என்பதே என் கருத்து. எந்த வியாபாரத்திலும் நேர்மையும் செயல்திறனும் இருக்க வேண்டும் என்பதால் அது பதிப்புத் தொழிலிலும் வேண்டும். கல்வி, தகவல், அறிதல் சார்ந்த தொழில் என்பதால் சற்று அதிகமாகவே வேண்டும். மற்றபடி 'வியாபாரம்' என்பதை ஒரு குற்றச்சாட்டாகவே கருத வேண்டியதில்லை எனக் கருதி னேன். இரண்டாவது, இலாபம் இல்லாமல் எந்தத் தொழிலும் விளங்காது என்பதால் அதையும் பொருட்படுத்த வேண்டிய தில்லை என்று தோன்றியது. இத்தகைய புரளிகள் பதிப்புத் தொழிலில் பலர் முதலீடு செய்ய வழிசெய்யும் என்றும் தோன்றியது. அதுவும் ஏற்பட்டது. இப்போது காலச்சுவடு 'வியாபாரம்' பற்றிய விவாதத்திற்கான நேரம் கூடிவந்து விட்டது. விவாதிப்போமா?

விலை பேசும் காலம்

சென்னைப் புத்தகச் சந்தையில் காலச்சுவடு ஸ்டாலை அலங்கரிக்கும் பொறுப்பு இம்முறை என் மனைவி மைதிலி யிடம் விடப்பட்டது. அல்லது எடுத்துக்கொள்ளப்பட்டது. கன்னியாகுமரியில் தயாராகும் சிப்பி மாலைகள், சங்கு, கதகளி முகங்கள், நெல் பானை, தென்னங்குருத்து, விளக்கு ஆகியன ஸ்டாலை அலங்கரித்தன. சராசரியாக ஒரு நாளில் சுமார் பத்துப் பார்வையாளர்களாவது தொங்கவிடப்பட்டிருந்த சிப்பி மாலைக்கு விலை கேட்டார்கள். 'இது புத்தகச் சந்தை, இது ஒரு புத்தகக் கடை' என்றதும் முகம் சுருங்கி விடைபெற்றார்கள். இடம் பொருள் ஏவல் சார்ந்த விழிப்புணர்வு இந்த அளவுக்கு மங்கிக் கிடப்பது அதிர்ச்சியூட்டுகிறது.

இதழ் 88, ஏப்ரல் 2007

2

உடன் டிக்கெட்

முந்தைய இதழ் (இதழ் 88) பத்தியில் நான் பயன்படுத்தியிருந்த 'உடன் டிக்கெட் பகுதி' என்ற தொடர் பற்றிச் சில நண்பர்கள் பேசினார்கள். 'தத்கால் டிக்கெட்டா?' என்று கேட்டார்கள். அது அவசர டிக்கெட். மேலும் 'உடன் டிக்கெட் பகுதியில் தொற்றிக்கொண்டு ...' என்று வருவதால் தத்கால் டிக்கெட் என்று புரிந்துகொள்ள இடமில்லை. அதிகப் பணமும் கொடுத்துவிட்டு ஏன் தொற்றிக்கொள்ள வேண்டும்?

சுமார் பத்தாண்டுகள் இருக்கலாம். மதுரை செல்வதற்காக நாகர்கோவில் சந்திப்பில் ஜெனரல் கம்பார்ட்மெண்டில் அமர்ந்திருந்தேன். ரயில் இப்போது கிளம்பும் என்ற அறிவிப்பு மும்மொழிகளில் வந்துகொண்டிருந்தபோது நடுத்தர வயதுப் பெண்மணி ஒருவர் ஓடிவந்தார். நுழைவாயில் அருகே ஜன்னல் பக்கமாக இருந்த என்னிடம் 'இது உடன் டிக்கெட் கம்பார்ட்மெண்ட்தானே?' என்றார். ஒரு கணம் ஸ்தம்பித்துவிட்டு, 'ஆமாம்' என்றேன்.

மக்கள் தமிழ் எனப்படுவதை அதன் ஜனனத்திலேயே கண்டுவிட்ட மனக்கிளர்ச்சி அப்போது ஏற்பட்டது. இருப்பினும் அத்தொடர் இப்பத்தாண்டுகளில் பொதுப் புழக்கத்தில் வந்திருப்பதாகத் தெரியவில்லை. இனி வருமா என்பதும் ஐயமே. ஜெனரல் கம்பார்ட்மெண்டை இப்போது சாதாரணப் பயணிகள் எவ்வாறு குறிப்பிடுகிறார்கள் என்று பார்க்க வேண்டும்.

நெருக்கடி நிலை

அனைவருக்கும் வணக்கம்.

அம்பேத்கரியல் மையத்தில் அமைந்துள்ள கண்காட்சியைத் திறந்துவைத்து வாழ்த்துரை வழங்க என்னை அழைத்துள்ள பேரா. அ. ராமசாமி அவர்களுக்கு மனமார்ந்த நன்றியைத் தெரிவித்துக்கொள்கிறேன்.

மார்ச் மாதம் நான் பொதுவாகப் பல்கலைக்கழக நண்பர் களுடன் அதிகம் தொடர்புவைத்துக்கொள்வதில்லை. அவர்கள் எல்லோருமே இம்மாதம் ஒரு பெரும் நெருக்கடியில் இருப் பார்கள். பண நெருக்கடி. ஆனால் வழக்கமான பண நெருக்கடி அல்ல இது. கருத்தரங்கப் பணத்தை எப்படிச் செலவுசெய்து முடிப்பது என்ற நெருக்கடி அது. இன்னொரு நெருக்கடி, தேதிகள் தொடர்பானது. ஒரு பேராசிரியர் ஒரு நாளில் ஒரு பல்கலைக்கழகத்தில் மட்டுமே கட்டுரை படிக்க முடியும் என்பது இயற்கையின் கட்டுப்பாடு. இருப்பினும் குறைந்தது மூன்று பல்கலைக் கழகங்களிலிருந்தாவது ஒரே தேதியில் கட்டுரை படிக்க அழைப்பு இருக்கும். யார் மனமும் புண்படா மல் மார்ச் மாதத்தைத் தாண்டிவிடுவது என்பது பேராசிரியர் களுக்கு ஒரு சாதனைதான்.

பெரும்பாலான மார்ச் மாதப் பல்கலைக்கழகக் கருத் தரங்குகள், இவ்வாறு பெரும் நெருக்கடிகளோடு நடக்கின்றன. குறிப்பிட்ட தேதிக்குள் பிள்ளை பெற்றுக்கொள்ள வேண்டும் என்ற கட்டளைக்குக் கீழ்ப்படிய வேண்டிய தாயின் அவஸ்தை யோடு ஒப்பிடக்கூடிய நெருக்கடிகள் இவை.

என் பேராசிரிய நண்பர் ஒருவரிடம் மேற்படி கருத்தரங்கு ஒன்றிற்கு உங்களை ஏன் அழைத்தார்கள் என்று கேட்டேன். அவர் மிகவும் நல்லவர். வெகுளி. எனவே, மிக எளிமையான உண்மையான ஒரு பதிலைக் கூறினார். “கடந்த ஆண்டு, அந்தப் பல்கலைக்கழகப் பேராசிரியரை எங்கள் கருத்தரங்கிற்கு அழைத் திருந்தோம் அல்லவா? அதனால்தான்” என்றார். மரியாதை செய்யப்படும்போது எதிர்மரியாதை செய்வது நியாயமாகத் தான் எனக்கும் தோன்றியது.

மார்ச் மாதம் பேராசிரியர்களின் குடும்பங்களிலும் நெருக்கடி ஏற்படுவதுண்டு. பிள்ளைகளுக்கு இறுதிப் பரிட்சை. பேராசிரியர் கள் உடன் இருந்து பிள்ளைகளைக் கவனிக்க வேண்டும் என்பது இல்லத்தரசிகளின் நியாயமான எதிர்பார்ப்பு. இந்த நியாயமான எதிர்பார்ப்பைக்கூட, மார்ச் மாதம், நிறைவேற்ற முடியாத நிலை பேராசிரியர்களுக்கு. பொருளாதார நெருக்கடி, கால அவகாச நெருக்கடி, குடும்ப நெருக்கடி, இவற்றில் பேராசிரியர்கள் சிக்கித் தவிக்கும் காலம் மார்ச் மாதம்.

எனவேதான், பெரும்பான்மையான மார்ச் மாதப் பல்கலைக்கழகக் கருத்தரங்குகள் வெற்றுச் சம்பிரதாயங்களாக முடிந்துவிடுகின்றன.

இவ்வருடம் புதிதாக அமைக்கப்பட்டுள்ள அம்பேத்கரியல் மையம், மார்ச் இறுதிவரை காத்திராமல், ஆறு தொடர் உரைகளை நடத்தியிருக்கிறது. இம்மையத்தின் செயல்பாடு,

பல்கலைக்கழகங்களில் ஏற்பட்டுவரும் ஆக்கபூர்வமான மாற்றங்களுக்கு ஒரு நல்ல உதாரணமாக அமைந்திருக்கிறது. தமிழகத்தின் முன்னணித் தலித் எழுத்தாளர்கள் பற்றி ஆழமான ஆய்வுக் கட்டுரைகள், முனைவர் பட்டம் பெற்றவர்களாலும், பெறாதவர்களாலும் வாசிக்கப்பட்டு விவாதிக்கப்பட்டுள்ளன. ஒரு தகுதியான நூலாகத் தொகுக்கப்படும் தரத்தில் அவை அமைந்துள்ளன. இதை ஒரு சாதனை என்றுதான் சொல்லவேண்டும். நமது கல்வி முறை, ஆய்வு முறை, கல்வி நிறுவனங்கள் பற்றிய விமர்சனங்களுடன் காலச்சுவடு இயங்கினாலும், பல்கலைக் கழகங்களின் ஆக்கபூர்வமான செயல்பாடுகளை அங்கீகரிக்க, அது தடையாக இருப்பதில்லை.

இத்தொடர் உரைகளின் தொடர்ச்சியாகவும் அம்பேத்கரியல் மையத்தின் இவ்வருட இறுதி நிகழ்வாகவும் இக்கருத்தரங்கு அமைகிறது. அக்கறையுடனும் முன்திட்டமிட்டும் இவற்றை நடத்தியிருக்கும் அம்பேத்கரியல் மைய இயக்குனர் அ. ராமசாமி அவர்களுக்கு என் மனப்பூர்வமான வாழ்த்துகளைத் தெரிவித்துக் கொள்கிறேன்.

அம்பேத்கரிய சிந்தனைகளின் தொடர்ச்சியான தலித்தியம், கடந்த பதினைந்து ஆண்டுகளில் தமிழ் அறிவுலகில் ஏற்பட்ட மிக முக்கியமான தாக்கம். கடந்த நூற்றாண்டில் தமிழில் ஏற்பட்ட சமூக மற்றும் அறிவுத்துறை தாக்கங்களில் ஒன்று எனத் தலித்தியத்தைச் சொல்லலாம். அம்பேத்கரின் நூற்றாண்டை அடுத்துத் தமிழகத்தில் ஏற்பட்ட தலித்திய இயக்கம், ஏற்கெனவே உறுதிப்பட்டிருந்த சிந்தனைகளை ஆழமான மறுபரிசீலனைக்கு உள்ளாக்கியது. சந்தர்ப்பவசமாகக் காலச்சுவடின் இயக்கமும் இதே காலகட்டத்தில் நடந்துள்ளது என்பதால், தலித்தியத்தோடு முரண்பட்டும் உடன்பட்டும் விவாதப்பாங்கிலும் அதன் செயல் பாடுகளை உன்னிப்பாக அவதானிக்க வேண்டிய நிலை எனக்கு இருந்தது. தமிழ் அறிவுத் துறையிலும் மாற்று இதழியலிலும் தீவிரப் பதிப்புப் பணிகளிலும் கடந்த பத்தாண்டுகளில் ஏற்பட்ட மறுமலர்ச்சிக்கு தலித்தியம் ஒரு முக்கியக் காரணி என்பதைச் சில ஆண்டுகளுக்கு முன்பே எழுத்துப்பூர்வமாகப் பதிவுசெய் திருக்கிறேன். (பார்க்க: 'இருளில் சுடரொளி', *காலச்சுவடு 41, 2002*)

மார்க்சிய இலக்கியத் தாக்கம் என்பது தமிழில் கடந்த 50 ஆண்டுகளாக 'முற்போக்கு இலக்கியம்' என்று பேசப்பட்டு இன்றும் தனித் தீவாகவே தொடர்ந்துகொண்டிருக்கிறது. பொது இலக்கியத் தளத்தில் வாசகர்களாலும் விமர்சகர்களாலும் அங்கீகரிக்கப்பட்ட முற்போக்கு இலக்கியவாதிகளை விரல் விட்டு எண்ணினால், மடங்கிய விரல்களே அதிகமாக இருக்கும்.

மார்க்சிய இலக்கிய அமைப்புகளுக்குள் இயங்கும் படைப்பாளர்களில் கவனம் பெற்றிருப்பவர்கள் முற்போக்கு இலக்கியத்தின் வரையறைகளை உடைத்தெறிந்தவர்கள்தான்.

மாறாக, தலித் இலக்கியம் மிகக் குறுகிய காலத்தில் பொது இலக்கியத் தளத்தில் அங்கீகரிக்கப்பட்ட பல படைப்பாளிகளை உருவாக்கிவிட்டது. இம்மாதம் இப்பல்கலைக்கழகத்தில் விவாதிக்கப்பட்ட எந்தத் தலித் படைப்பாளியும் படைப்புத் தளத்தில் சலுகை கேட்டு நிற்பவரல்ல. அவர்கள் தமிழ் இலக்கியத்தில் புதிய தலைமுறையின் முன்னணிப் படைப்பாளர்கள். அம்பேத்கரியல் மையத்தால் விவாதத்திற்குத் தேர்வுசெய்யப்பட்ட தலித் படைப்பாளர்களில் இமையம், ஜே.பி. சாணக்யா, சுகிர்தராணி, சோ. தர்மன் ஆகியோரின் வளர்ச்சியில் காலச்சுவடின் பங்களிப்பும் உண்டு என்பது எனக்கு மிகுந்த பெருமிதம் தரும் செய்தி.

கடந்த சில வருடங்களாகக் காலச்சுவடு அறக்கட்டளையிலிருந்து இளம் படைப்பாளிகளுக்கான கவிதை, சிறுகதை, ஓவியப் போட்டிகள் நடத்தி வருகிறோம். எந்தப் பாரபட்சமுமின்றி, படைப்பாளியின் பெயர் மறைக்கப்பட்டு, பரந்துபட்ட நடுவர் குழுவால் தேர்ந்தெடுக்கப்படும் படைப்பாளர்களாக, ஒவ்வொரு ஆண்டும் சில தலித் கலைஞர்களும் உள்ளனர். இது தலித்தியத்தின் பண்பாட்டுத் தாக்கத்திற்குத் தக்க சான்று.

அதேபோல அறிவுத் துறையிலும் தலித் அறிஞர்களின் இடம் மையமானதாக, மறுக்க முடியாததாக உள்ளது.

இத்தாக்கத்தின் பல்வேறு பரிமாணங்களை, இந்த இரண்டு நாட்களில் நாம் விவாதிக்கப்போகிறோம். இத்தகைய ஒரு விவாதத்திற்கு வழிகோலியிருக்கும் மனோன்மணியம் சுந்தரனார் பல்கலைக்கழகத்திற்கும் பேராசிரியர்களுக்கும் எழுத்தாளர்களுக்கும் ஆய்வாளர்களுக்கும் மாணவர்களுக்கும் என் மனமார்ந்த பாராட்டுகளையும் வாழ்த்துகளையும் தெரிவித்துக் கொள்கிறேன்.

(மனோன்மணியம் சுந்தரனார் பல்கலைக்கழகத்தின் சுந்தரனார் அரங்கில் 30.03.2007 அன்று ஆற்றிய உரை.)

அடிப்படைவாதங்களின் மோதல்

தாரிக் அலியின் *'The Clash of Fundamentalism (Crusades, Jihads, and Modernity)'* 'அடிப்படைவாதங்களின் மோதல்' என்னும் நூல் 2002இல், செப்டம்பர் 11 உருவாக்கிய சொல்லாடல்களுக்கு எதிர்வினையாக எழுதப்பட்டது. 2005இல் தாரிக் அலியின் புதிய முன்னுரையுடன் மறுபதிப்பு வெளிவந்துள்ளது.

தாரிக் அலி ஐரோப்பாவில் 1968இல் ஏற்பட்ட 'மாணவர் புரட்சி' என்று அழைக்கப்படும் இயக்கத்தால் கவனத்திற்கு வந்தவர். பாகிஸ்தானைச் சேர்ந்தவர். இன்று தனது சுதந்திரக் கருத்துகளுக்குத் தரும் விலையாக அங்கு வாழ முடியாது அயலில் வசிப்பவர். மதச் சார்பற்ற, மத நம்பிக்கையற்ற, கடவுள் நம்பிக்கையற்ற, (பிறப்பால்) இஸ்லாமியர் என்ற அரிய பிரிவைச் சேர்ந்தவர். 'படைப்பு', 'ஆய்வு' என்ற இருதளங்களி லும் செயல்படுபவர் என்ற போதிலும் அவரது முக்கியத்துவம் ஆய்வுக் கட்டுரைகள் சார்ந்தே அதிகமும் உணரப்படுகிறது. நமது சந்தர்ப்பவாத செக்குலரிஸ்டுகள் மற்றும் தொழில் முற்போக்குவாதிகள்போல அல்லாமல் இஸ்லாமிய அடிப்படை வாதிகளுடனான கருத்து வேறுபாடுகளைப் புதைத்துக்கொண்டு கள்ள மௌன உறவை மேற்கொள்ளாதவர் (அடிப்படைவாதிகள் என்ற சொல்லை, ஒரு நூலில் உள்ள ஒவ்வொரு சொல்லும் எல்லாக் காலத்திற்கும் முழுமையாகப் பொருந்துபவை என்ற நம்பிக்கை கொண்டவர்கள் என்ற பொருளில் பயன்படுத்தி யுள்ளேன்). அதே நேரத்தில் அமெரிக்க ஏகாதிபத்தியம் பற்றிய வரலாற்றுபூர்வமான ஆழமான, வெறுப்பற்ற, விமர்சனங்களை முன் வைப்பவர். இஸ்லாமிய மற்றும் புஷ் வகை அடிப்படை வாதிகளால் தாக்குதலுக்கு உள்ளாக்கி வருபவர்.

இஸ்லாம் × மேற்கு என்று பார்க்கப்படும் இன்றைய மோதல் நிலை பற்றிய விரிவான ஆய்வு இந்நூல். துணிச்சலுடனும் வெளிப்படையாகவும் நேர்மையாகவும் எழுதப்பட்டிருப்பதாக என் வாசிப்பில் தோன்றியது. இந்நூலில் இடம்பெற்றிருக்கும் 'இளம் இஸ்லாமியருக்கு ஒரு கடிதம்' என்ற பகுதியைத் தமிழில் மொழிபெயர்த்து வெளியிடலாம்.

சாதனையும் எதிர்வினையும்

'சென்னை சங்கமம்' எதிர்கொள்ளப்பட்ட சூழல் என்னில் 'தமிழ் இனி 2000' பற்றிய நினைவுகளைத் தூண்டியது. 'தமிழ் இனி 2000' இன்றுவரை நடந்திருக்கும் இலக்கிய அரங்குகளில் ஆகப்பெரியது. எனினும் அளவில், வீச்சில் 'சென்னை சங்கம'த் தோடு ஒப்பிடக் கூடியது அல்ல. தமிழ் இனி, சுமார் ஓராண்டுக் கால ஆலோசனைகளின் பின்புலமும் பல்வேறு தரப்பினரின் தன்னார்வப் பங்களிப்பும் கொண்டது. உலகத் தமிழர்களின் பங்கேற்பும் அதில் துலக்கமாக இருந்தது. தவிர, இரு நிகழ்வுகளுக் கும் பின்னால் இருந்த ஈடுபாடுகளின் தன்மைகளும் வேறானவை. 'தமிழ் இனி 2000'த்தில் அரசியல்வாதிகள், தமிழ் சினிமா நட்சத்திரங்கள், புரவலர்கள் ஆகியோரை அழைப்பதில்லை என்பதில் உறுதியாக இருந்தோம். பொதுமக்களுக்கான நிகழ்வாக அல்லாமல் தமிழ்த் தீவிரச் செயல்பாடுகளின் களமாகவே அது உருவாக்கப்பட்டது.

'தமிழ் இனி 2000' தனியார் நிறுவனங்களின் உதவியால்தான் நடந்து முடிந்தது. நாங்கள் அரசாங்க உதவியை நாடாமலில்லை. மத்திய, மாநில அரசுகளை உதவி கேட்டு விண்ணப்பித்தோம். மத்திய அரசின் பண்பாட்டுத் துறைச் செயலரைத் தில்லியில் சந்தித்து ஒரு விண்ணப்பம் அளித்தேன். தமிழகத்தில் தமிழ் வளர்ச்சித் துறை உதவி வேண்டி தமிழ்க்குடிமகனைச் சந்தித்து விண்ணப்பம் கொடுத்தேன். தலை நிமிர்த்தி என்னைப் பார்ப் பதை அவர் தவிர்த்தார். அதற்கு அகங்காரம் காரணம் என்று நான் நினைக்கவில்லை. தீண்டாமையை நான் உணர்ந்த சந்தர்ப்பம் அது. முதல்வருக்கும் விண்ணப்பித்தேன். அரசு உதவி எதுவும் கிடைக்கவில்லை. அன்று எனக்குப் பலவிதங்களி லும் உதவ ஆத்மார்த்தமாக முயன்றவர், இன்று நியாயமற்ற தாக்குதலுக்கு உள்ளாகியிருக்கும் இறையன்பு ஐ.ஏ.எஸ். அவர்கள்.

சன் டி.வி. 'தமிழ் இனி 2000'த்தைச் சென்னை சங்கமத்தைப் போலவே முழுமையாகப் புறக்கணித்தது. கனிமொழி 'தமிழ் இனி 2000'த்தில் பார்வையாளராகக் கலந்துகொண்டதுதான் இதற்குக் காரணம் என்று நான் நினைக்கவில்லை. (!)

அரசாங்க உதவி, GO பிரச்சினை, வாரிசுப் பிரச்சினை, அரசு துஷ்பிரயோகப் பிரச்சினை எதுவும் இல்லாதபோதும் 'தமிழ் இனி' அரங்கில், தமிழ் இனியைக் கடுமையாக விமர்சித்தவர் ஞாநி. அஃது பெரிது என்பதே அவரது தாக்குதலின் அடிப் படை. சுமார் இரண்டாயிரம் ஆர்வலர்களின் பங்கேற்பு, பிற நாடுகளிலிருந்து சுமார் 250 இலக்கியவாதிகளின் வருகை, மூன்று நாட்கள் இரு அரங்குகளாகப் பற்பல அமர்வுகள், நாடகங்கள், புத்தகச் சந்தை, ஓவியக் கண்காட்சி . . . மொத்தச் செலவு பத்து இலட்சத்திற்குள் அடக்கம். அது பெரும் ஆடம் பரம் என்றார் ஞாநி.

நாங்கள் அழைத்துக் கலந்துகொள்ள முடியாது போனவர் கள், அச்சமயம் இந்தியாவிலேயே இல்லாதவர்கள் ஆகியோரின் பெயர்ப் பட்டியலைக் கொடுத்து, இவர்களையெல்லாம் ஏன் அழைக்கவில்லை என்று கேட்டுத் தாக்கித் *துக்ளக்* இதழ் எழுதியது. எழுதுவதற்கு முன்னர் 'இவர்களை அழைத்தீர்களா?' என்று என்னைக் கேட்கவில்லை. பின்னர் நான் அனுப்பிய மறுப்பையும் வெளியிடவில்லை. உயர்ந்த அரசியல் தர்மத்திற் காகப் போராடுபவரின் உயர்ந்த இதழியல் தர்மமாக இதைக் கொள்ளலாம்.

'தமிழ் இனி 2000'த்தைக் 'கும்பமேளா' என்று குறிப்பிட்டுத் தாக்கித் துண்டறிக்கை வெளியிட்டு ஒரு இயக்கமே நடத்திய அ. மார்க்ஸ் இன்று அசலான பண்பாட்டுக் 'கும்பமேளா' முன் மௌனக்கொடியைப் பறக்கவிட்டிருக்கிறார். 'புரட்சி'கர மாகப் பேசும் அரசு ஊழியர்களுக்கு எங்கு வாளை வீச

வேண்டும் எங்கு வாலைச் சுருட்டிக்கொள்ள வேண்டும் என்பது தெரியும்.

2001இல் நான் எழுதிய 'சாதனையும் எதிர்வினையும்' கட்டுரையில் இவ்வாறு எழுதியிருந்தேன்:

> சுமார் பல ஆண்டுகளாகத் தமிழகத்தில் மேற்கொள்ளப்படும் பல தீவிரமான முயற்சிகள் பெறும் எதிர்வினையைக் கவனித்துவருகிறேன். பல சாதனையாளர்களைச் சந்தித்து அவர்களுக்குக் கிடைத்த எதிர்வினை என்ன என்பதைக் கேட்டு அறிந்திருக்கிறேன். இந்த ஆக்கபூர்வமான பங்களிப்புகள் பலதரப்பட்டவை. எந்த ஒரு கோட்பாடு அல்லது இயக்கத்திற்குள்ளும் அடங்காதவை. இலக்கியம், ஆராய்ச்சி, மொழிபெயர்ப்பு, களப்பணி என வெவ்வேறு இயல் சார்ந்தவை. ஆனாலும், இவர்களுக்குக் கிடைத்த எதிர்வினை பொதுத் தன்மைகொண்டது. அது எரிச்சல், கோபம், பொறாமை. காரணமற்ற எதிர்ப்பும் ஆதாரமற்ற மறுப்பும்தான். சூழலின் எதிர்மறை உணர்வுகள் வியூகம் அமைத்துத் தம்மைத் தாக்குவது போன்ற ஒரு உணர்வு.
>
> பண்பாட்டு இடைவெளிகளை அர்த்த பாவனையோடு எதிர்கொள்ளும் எந்தத் தரமான பணியும் கடுமையான குற்றச்சாட்டுகளுக்கு இலக்காக நேரிடுகிறது. இந்தத் தாக்குதல்களைக் கருத்தியலின் தளத்தில் வைத்துப் புரிந்துகொள்ள முடியாது. நம் ஆழ்மனத்தின் இருண்ட பிரதேசங்களில் இந்த மனோபாவத்திற்கு விடை கிடைக்கக்கூடும். சுருக்கமாகச் சொன்னால் சராசரித்தனம் தளும்பும் செயல்பாடுகள் பெரும் ஆதரவைப் பெறுகின்றன. சாதனைகள் சாகடிப்புக்கு உள்ளாகின்றன. தமிழ்ச் சூழலின் அசலான அவலம் இதுதான். அவலத்தைக் கலைக்க எத்தனிக்கும் ஆக்கங்களின் ஊற்றுக் கண்ணை அழிக்கும் அவலம் இது. நம் அவலம் பற்றிப் பேசும் அறிவுஜீவிகளால் உருவாக்கப்பட்ட அவலம் இது. நாம் ஒரு சாதனையாளருடைய பணியை அங்கீகரிக்க வேண்டுமென்றால், ஒன்று அவர் சிதிலமடைய வேண்டும் அல்லது மரணமடைய வேண்டும் என்ற நிலை தொடர்வது ஆரோக்கியமானதாகுமா? ஆக்கபூர்வமாக இயங்குபவர்களுக்கு நாம் எப்பொழுதும் அனுப்பும் சமிக்ஞை 'இயங்காதே' என்பதுதான். இந்த நிலையில் தமிழ்ச் சூழலின் அவலம் எப்படித் தீரும்?

'சென்னை சங்கமம்' இக்கருத்துகளை மீண்டும் ஒருமுறை நினைவுபடுத்திக்கொள்ளும் வாய்ப்பை வழங்கியிருக்கிறது.

இதழ் 89, மே 2007

3

படைப்பாளியின் எதிர்வினை

ஹெப்சிபா ஜேசுதாசன் அவர்களைச் சமீபத்தில் திருவனந்தபுரம் போகும் வழியில் புலிப்புனத்தில் சந்திக்கச் சென்றேன். பேராசிரியர் ஜேசுதாசனுடன் அவர் வாழ்ந்து வந்த பெரியவிளையின் முன்பகுதியிலிருந்த வீடு பூட்டிக் கிடந்தது. சற்றுத் தொலைவில் மகனுடன் வசிப்பதாக அறிந்து அங்குச் சென்றோம். முன் வாசலுக்கு வந்த ஹெப்சிபா அவர்களுக்கு என்னைச் சுத்தமாக அடை யாளம் தெரியவில்லை. வயது 83. மறதி மிக அதிகம் என்று அவரே சொல்லிக்கொண்டார். இருந்தும் சுந்தர ராமசாமி பெயரைச் சொன்னதும் முகம் மலர்ந்தது. அறிமுகப்படுத்திக்கொண்ட பிறகு மிகுந்த பாசத்துடன் உள்ளே அழைத்துச் சென்றார். இன்னும் ஆரோக்கிய மாக நடமாட முடிகிறது. அவரது மகன், மருமகள் ஆகியோருடன் சிறிது நேரம் பேசிக்கொண்டிருந்துவிட்டு, காலச்சுவடு கிளாசிக் வரிசையில் 'புத்தம் வீடு' நாவலைப் பிரசுரிக்க அனுமதி பெற்றுக்கொண்டேன்.

1960களில் 'புத்தம் வீடு' நாவலை முதலில் பிரசுரிக்க உதவி செய்தது சு.ரா. என்பதை ஜேசுதாசன் தம்பதியர் பலமுறை பதிவு செய்திருக்கிறார்கள். நாவல் கைப்படி சு.ராவின் கைக்கு வந்தபோது ஆசிரியர் பெயர் 'அம்மணி' என்றிருந்திருக்கிறது. கிறிஸ்தவப் பெயராக இருப்பது பிரசுரத்திற்குத் தடையாக இருக்குமோ என்ற தயக்கமே பெயர் மாற்றத்திற்குக் காரணம் என்பதை உணர்ந்த சு.ரா., இயற்பெயரையே வைத்துக்கொள்ள வலியுறுத்தி யிருக்கிறார். 'புத்தம் வீடு' ஹெப்சிபா ஜேசுதாசனின் பெயரிலேயே தமிழ்ப் புத்தகாலயம் வெளியீடாக வெளிவந்தது.

சில ஆண்டுகளுக்கு முன்னர், பேராசிரியர் மறைந்த பிறகு, திருமதி ஹெப்சிபா எனக்கு ஒரு கடிதம் எழுதி யிருந்தார். வழக்கம்போல ஆங்கிலத்தில் இருந்த அக்கடிதத் தில் 'புத்தம் வீடு' எழுதிய பின்னணி பற்றியும் எழுதி யிருந்தார்.

ஐம்பதுகளில் ஒரு நாள் காலையில் வீட்டு முன்னறையில் பத்திரிகைகளைப் படித்துக்கொண்டிருந்த பேராசிரியர் திடீ ரென்று கோபத்துடன் எழுந்து அவற்றை விசிறியடித்துவிட்டு, 'பிராமணர்களைத் தவிர வேறு யாருமே எழுத முடியாதா?' என்று கத்திவிட்டு வீட்டைவிட்டு வெளியேறியிருக்கிறார். "மாலை அவர் வீடு திரும்பும் முன்னர் 'புத்தம் வீடு' முதல் அத்தியா யத்தை எழுதி முடித்திருந்தேன்" என்று ஹெப்சிபா குறிப்பிட் டிருந்தார்.

'தேடல்', 'பிரபஞ்ச தரிசனம்' நீங்கலான பிற காரணங் களும் நல்ல படைப்புகளுக்குத் தூண்டுகோலாகின்றன என்பது எனக்கு உறுதிப்பட்டது. தமிழகப் படைப்பாளிகளிடம் அரசியல், சமூக விழிப்புணர்வு இல்லை என்று குற்றஞ்சாட்டுபவர்கள் முதலில் அவை வெளிப்படும் விதங்களை அறிந்துகொள்ள உணர்கொம்புகளை வளர்த்துக்கொள்வது ஆக்கபூர்வமானது.

உலகத் தமிழ் மீடியா

இளங்கலை வரலாற்று மன்றத் தொடக்கவிழாவில் பங்கேற் பதில் மிகுந்த மகிழ்ச்சி அடைகிறேன். இந்துக் கல்லூரியின் வரலாற்றுத் துறையில் பயின்றுவரும் மாணாக்கர்களிடம் மீடியா பற்றிப் பேச வேண்டுமென்று என்னுடைய நண்பர் டாக்டர் பகவதி பெருமாள் அவர்களும் துறைத் தலைவர் பேராசிரியர் வித்யாசாகர் அவர்களும் கேட்டுக்கொண்டபோது எனக்குச் சற்று வியப்பாக இருந்தது. ஏனென்றால் நான் கல்வித் துறையைச் சார்ந்தவனல்ல. மீடியா ஆய்வில் டாக்டர் பட்டமும் பெற்றதில்லை.

என்னுடைய நண்பர் ஒருவர், வட இந்தியாவில் ஒரு குதிரைப் பண்ணையில் பல ஆண்டுகளாகப் பணியாற்றி வருகிறார். பந்தயக் குதிரைகளை உருவாக்கும் பண்ணை அது. சமீபத்தில் அமெரிக்காவில் கார்னல் பல்கலைக்கழகத் தில் இது தொடர்பாகக் கற்பதற்காக அவர் சென்றிருந்தார். குதிரை வளர்ப்புப் பற்றி அங்குக் கற்றுத்தரப்படுகிறது. என் னுடைய நண்பர் தேர்ந்தெடுத்த பாடம் – குதிரைக்கு லாடம் அடிப்பது பற்றியது. யார் கற்றுக்கொடுத்தார்கள் என்று அவரிடம் கேட்டபோது, வழக்கமாகக் குதிரைக்கு லாடம் அடிப்பவர் தான் கற்றுக்கொடுத்தார் என்று அவர் கூறினார். அதுபோல, கடந்த பத்தாண்டுகளாகக் 'காலச்சுவடு' என்னும் இதழை நடத்தி வரும் என்னை, பட்டறிவின் அடிப்படையில், மீடியா பற்றி இங்குப் பேச அழைத்திருக்கிறார்கள் என்று நினைக்கிறேன்.

நான் சுமார் 15 அல்லது 20 நிமிடங்கள் மாணவர்களுக்கு இந்திய மீடியாவில் இருக்கும் வாய்ப்புகள் பற்றி பேசலா மென்று நினைக்கிறேன். கலந்துரையாடல் இல்லாமல் எந்தப் பேச்சும் முழுமையடைவதில்லை. எனவே, என்னுடைய இந்த உரைக்குப் பிறகு நமக்குள் ஒரு கலந்துரையாடல் ஏற்படும் என்று மிகுந்த ஆவலுடன் எதிர்பார்க்கிறேன்.

இன்று மீடியா மிக வேகமாக வளர்ச்சி பெற்றுவரும் ஒரு துறை. வேறெந்தத் ஒரு துறையைக் காட்டிலும் அதிக முதலீடும் அதிக வளர்ச்சியும் அதிக லாபமும் ஏற்பட்டுவரும் ஒரு துறை என்று மீடியாவைச் சொல்லலாம். மீடியா என்பது நாளிதழ்கள், பத்திரிகைகள், வானொலி, தொலைக்காட்சி போன்ற வெகுஜனங்களால் படிக்கப்படுகிற, பார்க்கப்படுகிற அனைத்தையும் குறிக்கப் பயன்படுத்தப்படும் ஒரு சொல். மீடியாவுக்குத் தமிழில் ஊடகம் என்னும் சொல் பயன்படுத்தப் படுகிறது.

இந்தியாவில் நாளிதழ்களுக்கு சுமார் 20 கோடி வாசகர் களும் தொலைக்காட்சிக்கு சுமார் 40 கோடிப் பார்வையாளர் களும் வானொலிக்கு சுமார் 70 கோடி நேயர்களும் உள்ளனர். புதிய ஊடகமாக வளர்ந்து வரும் இணையத்திற்குத் தற்போது சுமார் 1 கோடி பயனாளர்கள் உள்ளனர்.

இந்தியாவில் நாளிதழ்கள் விற்பனையில் தொடர்ந்து வளர்ச்சிபெற்று வருகின்றன. இவ்வளர்ச்சி இந்திய மொழி களில் வெளிவரும் நாளிதழ்களில் மிக அதிகமாகவும் ஆங்கில நாளிதழ்களில் குறைவாகவும் உள்ளது. மேற்கத்திய நாடுகளில் தொலைக்காட்சியின் வருகைக்குப் பிறகு நாளிதழ்களின் வளர்ச்சி, குன்றி வருகிறது. ஆனால், இந்தியாவில் அப்படியல்ல. தொலைக் காட்சி வளர்ச்சி அடைந்தாலும் நாளிதழைப் படிக்கும் பழக்கம் குறையவில்லை.

அதேபோல் வாரந்தோறும் அல்லது வாரத்திற்கு இருமுறை வெளிவரும் இதழ்களிலும் தமிழைப் பொறுத்தவரையில் கணிச மான வளர்ச்சி ஏற்பட்டுவருகிறது. பத்திரிகைகள் அகில இந்திய அளவில் விற்பனையில் வீழ்ச்சியடைந்துவருகின்றன. ஆனால், தமிழ்ப் பத்திரிகைகளின் மொத்த வாசக எண்ணிக்கை இவ் வாண்டுவரை தொடர்ந்து வளர்ச்சிபெற்றே வருகிறது.

சுமார் 15 அல்லது 20 ஆண்டுகளுக்கு முன்னர் தமிழில் வெளிவந்த வெகுஜன இதழ்கள் சுமார் ஒரு டஜன் இருந் திருக்குமென்று நினைக்கிறேன். இன்று அவை பலமடங்காகப் பெருகி, தமிழில் 100க்கும் மேற்பட்ட இதழ்கள் வெளிவருகின்றன. பல்வேறு துறைகளைச் சார்ந்த இதழ்கள் வெளிவருகின்றன.

அரசியல், சினிமா நீங்கலாகப் பார்த்தாலும் கணினி, சுற்றுச் சூழல், அறிவியல், இலக்கியம், விவசாயம், பக்தி, ஜோதிடம், தொழில் வளர்ச்சி பற்றிய இதழ்கள், பெண்களுக்கான இதழ்கள் எனப் பல்வேறு இதழ்கள் வெற்றிகரமாக வெளிவந்துகொண் டிருக்கின்றன.

இதழியல் துறையில் ஏற்பட்டிருக்கும் பூதாகரமான வளர்ச்சி யைச் சுட்டிகாட்ட ஒரு உதாரணத்தை மட்டும் தராலாமென்று நினைக்கிறேன். இன்று செல்வாக்குடன் இருக்கும் சினிமா நட்சத்திரங்களுக்காகத் தனியான இதழ்கள் வெளிவருவது உங்களுக்குத் தெரிந்திருக்கும். விஜய், அஜீத், விஜயகாந்த், ரஜினி போன்றவர்களுக்காகப் பல இதழ்கள் இன்று வெளிவரு கின்றன. தமிழில் ஒரு திரைப்பட நட்சத்திரத்துக்காகத் தொடங்கப் பட்ட முதல் இதழ் 'ரஜினி ரசிகன்' என்று நினைக்கிறேன். சுமார் 15 ஆண்டுகளுக்கு முன்னர் வெளிவந்தது. இன்று திரைப் பட நட்சத்திரங்களுக்காக மட்டும் சுமார் 25 இதழ்கள் தமிழில் வெளிவருகின்றன. எம்.ஜி.ஆருக்கு அவர் வாழ்ந்த காலத்தில் எந்த இதழும் வெளிவரவில்லை. அவர் மறைந்த பிறகும் பத் தாண்டுகளுக்கு மேலாக எந்த இதழும் வரவில்லை. 5 ஆண்டு களுக்கு முன்னர் *இதயக்கனி* என்ற ஓர் இதழ் எம்.ஜி.ஆருக்காக வெளிவந்தது. இன்று எம்.ஜி.ஆருக்கு மட்டும் நான்கைந்து இதழ்கள் வெளிவருகின்றன. இது தமிழக இதழியல் துறையில் ஏற்பட்டுவரும் வளர்ச்சிக்கு ஒரு உதாரணம்.

அதேபோல மிகப்பெரும் வளர்ச்சி கண்டுவரும் இன்னொரு மீடியா, தொலைக்காட்சி. தமிழகத்தில் மட்டும் இன்று சுமார் 100 சேனல்கள் இயங்கி வருகின்றன என்று நினைக்கிறேன். அதேபோல் வானொலியைப் பொறுத்தவரையிலும் பல புதிய தனியார் நிறுவனங்கள் வானொலி நிலையங்களைத் தொடங்கி யுள்ளன. இணையத்திலும் பல புதிய முயற்சிகள் எடுக்கப்பட்டு வருகின்றன.

இங்கு இளநிலைப் பட்டப்படிப்பில் மீடியாக் கல்வி மேற்கொண்டுவரும் மாணவர்களுக்குத் தமிழகத்தில் சில பல்கலைக்கழகங்களில் முதுநிலை மீடியாக் கல்வி உள்ளது. மனோன்மணியம் சுந்தரனார் பல்கலைக்கழகத்தில் மீடியாக் கல்வி இருக்கிறது. சென்னை லயோலா கல்லூரியிலும் கோவை யில் உள்ள சில கல்லூரிகளிலும் நீங்கள் மீடியாக் கல்வி பயிலலாம். இவை தவிர ஏசியா நெட் – ஐ உருவாக்கிய சசிகுமார், *தி இந்து* நாளிதழின் ஆசிரியர் என்.ராம் போன்ற மூத்த பத்திரிகையாளர்கள் இணைந்து மீடியாக் கல்விக்காக *Asian Institute of Journalism* என்னும் கல்வி நிறுவனத்தைச் சென்னை யில் தொடங்கியுள்ளனர். இதில் மீடியாவின் பல்வேறு துறைகள் சார்ந்து பல பாடங்கள் கற்பிக்கப்படுகின்றன.

சுயமாகத் தங்களுக்கு விருப்பமான மீடியாவைப் புதிதாகத் தொடங்குவது பற்றி மாணவர்கள் யோசிக்கலாம். ஒரு நாளிதழையோ கேபிள் தொலைக்காட்சி நிறுவனத்தையோ வானொலியையோ இணையதளத்தையோ நீங்கள் தொடங்கி நடத்த முடியும். ஒரு பலசரக்குக் கடை வைப்பதற்கான முதலீட்டில் நீங்கள் சிறிய அளவில் ஒரு மீடியாக் கம்பனியைத் தொடங்க முடியும். *நக்கீரன்* இதழ் மிகச் சிறிய முதலீட்டில் தொடங்கப்பட்டு இன்று பெரிய அளவில் வளர்ச்சி அடைந்துள்ளது. சில சாத்தியங்களை மட்டும் இப்போது பார்க்கலாம்.

மாணவர்கள் இணைந்து நகரச் செய்திகளை வழங்கும் இலவச நாளிதழைத் தொடங்க முடியும். இவை சென்னை போன்ற நகரங்களில் வெற்றிகரமாக நடைபெற்று வருகின்றன. இங்கும் வெற்றிகரமாக நடத்துவது சாத்தியம்தான். மாவட்ட அளவில் இருக்கும் வியாபார நிறுவனங்களிடம் இருந்து விளம்பரங்களைச் சேகரித்து நடத்த வேண்டும்.

இன்று ஒரு தனியார் வானொலி நிலையத்தை நீங்கள் தொடங்க முடியும். ஆங்கிலத் தொலைக்காட்சி சேனல்களைப் பார்க்கும்போது அவை பல்வேறுபட்ட விஷயங்கள் தொடர்பாக இருப்பதைக் கவனித்திருப்பீர்கள். செய்தி, சினிமா, காட்டு உயிரினங்கள், விளையாட்டு, ஃபேஷன் எனப் பலவகை சேனல்கள் உள்ளன. ஆனால், தமிழைப் பொறுத்தவரை சினிமா மற்றும் செய்தி தவிர வேறு விஷயங்களில் சேனல்கள் இல்லை. ஒரு உதாரணத்திற்காகச் சொல்வதென்றால் விளையாட்டு தொடர்பான ஒரு தமிழ் சேனலை வெற்றிகரமாக நடத்த முடியும். புதிய முயற்சிகளை மேற்கொள்வதற்கான ஆசை மற்றும் கற்பனைத் திறன் நம்மிடமிருந்தால் இதுபோன்ற முயற்சிகளில் ஈடுபடலாம்.

மீடியாவில் வேலைவாய்ப்பைப் பெற விரும்புபவர்கள் சில மிக முக்கியமான தகுதிகளை வளர்த்துக்கொள்வது நல்லது என்று நினைக்கிறேன். ஒன்று ஆங்கில அறிவு. போதுமான அளவு ஆங்கில அறிவு இல்லாமல் இன்று ஆங்கில மீடியாவில் மட்டுமல்ல தமிழ் மீடியாவிலும் சிறப்பாகப் பணியாற்றுவது கடினம். உதாரணமாக, பல்வேறு தகவல்களை ஆங்கிலத்தில் இருக்கும் இணையதளங்களிலிருந்து பெற்றுப் பயன்படுத்த வேண்டியிருக்கும். ஆங்கிலத் தினசரி மற்றும் பத்திரிகைகளில் இருந்து விஷயங்களைப் படித்துப் புரிந்துகொண்டு தமிழில் கொடுக்க வேண்டிய அவசியம் ஏற்படும். எனவே, ஆங்கில அறிவு மிக முக்கியம்.

அதேபோல் தமிழ் அச்சு ஊடகங்களில் பணியாற்ற விரும்பு பவர்கள் தமிழைப் பிழையில்லாமல் எழுதக் கற்றுக்கொள்ள வேண்டும். ஆங்கில மற்றும் தமிழ்த் தட்டச்சுப் பயிற்சி மிக உதவியாக இருக்கும். அதேபோல் கணினிப் பயிற்சியும் மிக அவசியமானது.

தமிழ் மீடியாவில் பணியாற்ற நினைப்பவர்கள் கவனிக்க வேண்டிய மிக முக்கியமான விஷயம், தமிழ் இன்று தமிழகத்தில் மட்டும் பேசப்படக்கூடிய ஒரு மொழி அல்ல. ஆங்கிலத்தைப் போல தமிழ் இன்று ஓர் உலக மொழி. இந்தியாவைத் தவிர இலங்கை, மலேசியா, சிங்கப்பூர் ஆகிய நாடுகளில் தமிழ் அரசு மொழியாக உள்ளது. அதேபோல இலங்கையில் ஏற்பட்ட இனப்பிரச்சினை காரணமாக இலங்கைத் தமிழர்கள் உலகில் பல்வேறு நாடுகளில் குடியேறியுள்ளனர். இந்தியாவிலிருந்து வேலைவாய்ப்புக் கருதிப் பல்வேறு தமிழர்கள் அமெரிக்காவில் குடியேறியுள்ளனர். கனடாவில் உள்ள டொரன்டோவில் தமிழ் ஒரு முனிசிபல் மொழி. எனவே, தமிழ் இன்று வடஅமெரிக்கா விலும் ஐரோப்பாவிலும் ஆஸ்திரேலியாவிலுங்கூடப் பேசப் படுகிறது. இந்த நாடுகளில் தமிழ்த் தொலைக்காட்சிகள், தமிழ் நாளிதழ்கள், தமிழ்ப் பத்திரிகைகள், தமிழ் வானொலிகள், தமிழ் இணைய இதழ்கள் எல்லாம் இயங்கி வருகின்றன. இவை எல்லாவற்றிலும் இன்று மாணவர்களுக்கு வேலை வாய்ப்பு உள்ளது.

மீடியாவில் பணியாற்றுவதற்கு நான் குறிப்பிட்ட தொழில் ரீதியான திறனைத் தவிர கோட்பாட்டு ரீதியான விழிப்புணர்வும் மிக அவசியம். பத்திரிகையாளர்கள் நுண் உணர்வுள்ளவர்களாக இருக்க வேண்டும். இந்திய ஜனநாயகத்திலும் நமது அரசியல் அமைப்புச் சட்டத்திலும் நம்பிக்கைகொண்டவர்களாக இருக்க வேண்டும். மனித உரிமை பற்றிய விழிப்புணர்வு பத்திரிகை யாளர்களுக்கு மிக முக்கியம். ஒடுக்கப்பட்ட மக்கள், பெண்கள், சிறுபான்மையினர் உரிமை பற்றி அவர்களுக்கு மிகுந்த அக்கறை இருக்க வேண்டும்.

நமது ஊடகங்கள் போலீஸ் சித்திரவதையை ஆதரிப்பது, சாதிப் பிரச்சினைகளை வளர்த்துவிடுவது, மதப் பிளவுகளை வளர்த்துவிடுவது என விற்பனைக்காக எதையும் செய்யத் துணிகின்றன. மாணவர்கள் இவற்றைப் பற்றிய விழிப்புணர் வுடன் இருப்பது சமூகப் பொறுப்புணர்வோடு பத்திரிகையாள ராகப் பணியாற்ற மிக அவசியம். சமூகப் பொறுப்புணர்வோடு பணியாற்றும்போது ஏற்படும் மனநிறைவு பணத்தால் கிடைக்காது.

(நாகர்கோவில் தெ.தி. இந்துக்கல்லூரி வரலாற்றுத் துறை மாணவர் பேரவையின் தொடக்க விழாவில் பேசியது – பிப்ரவரி 2005)

அறிவின் அதிகாரம்

'நெய்தல்' கிருஷ்ணனும் நானும் மதுரை அரசரடியில் நடந்த குட்டித் திரைப்பட விழாவுக்காகச் சென்றிருந்தோம். நான்கைந்து ஆண்டுகள் இருக்கும் என்று நினைக்கிறேன். மதுரை ரயில் நிலையத்தில் இறங்குவதற்கு முன்பெல்லாம் கொஞ்சம் பயமாகவே இருக்கும். நடைபாதையிலிருந்து வெளி யேறும் வாயிலில் பல டஜன் ஆட்டோ ஓட்டுனர்கள் பாய்ந்து வருவார்கள். அவர்களிடம் பல நீக்குபோக்குகள் சொல்லி வெளியேறுவதற்குள் மனச்சோர்வு ஏற்பட்டு விடும். அன்று 'நெய்தல்' கிருஷ்ணனுடன்வந்து இறங்கியபோது ஒரு ஆட்டோ ஓட்டுனர்கூட அருகில் வரவில்லை. சில டாக்ஸி ஓட்டுனர்கள் படு பவ்யமாக கார் கதவைத் திறந்து நின்றார்கள். கிருஷ்ணனின் ஆகிருதியின் தாக்கம்.

அரசரடி போய்ச் சேர்ந்தோம். அங்கு கான்டீனில் காலை உணவு. கிருஷ்ணன் இரண்டு 'செட் பூரி' ஆர்டர் கொடுத்தார். மேலே ஒரு பூரி, கீழே ஒரு பூரி, இடையில் உருளைக்கிழங்கு மசாலா. கொண்டு வைத்ததும் நான் மேலே உள்ள பூரியைச் சூடு பார்த்து, பிய்த்து உண்ணத் தொடங்கினேன். கிருஷ்ணன் பூரிசெட்டைத் திருப்பிப்போட்டார். ஒரு குழந்தையின் உடல் சூட்டைக் கணிப்பதுபோல இரண்டு விரல்களைப் பூரியின் மீது வைத்தார். சர்வரைப் பார்த்து 'கீழ பழைய பூரிய வச்சுட் டீங்க' என்றார். பையன் முகம் கலவரமடைந்தது. பதில் சொல்லாமல் அடுக்களைக்குள் ஓடினான்.

பல நிமிட மௌனத்திற்குப் பிறகு தலைமைச் சமையற்காரர் வெளியே வந்தார். 'தப்பு நடந்துவிட்டது' என்றார். பல வருடங் களாக வெற்றிகரமாக நடந்துவந்த தொழில்தந்திரம் அம்பலப் பட்டுவிட்ட நாணம் அவர் முகத்தில். மேலே இருக்கும் பூரியை உண்டுவிட்டு கீழ் பூரியில் கைவைப்பதற்குள் அது இப்படி ஆறிப் போய்விட்டதே என்று எண்ணியபடி உண்டுவிடுவதே வாடிக்கையாளர் வழக்கம். இனி அப்படி நடக்காது என்று தலைமைச் சமையற்காரர் கிருஷ்ணனிடம் உறுதி கூறினார். மேல்முறையீடு எதுவும் செய்ய வேண்டாம் என்றும் வேண்டி னார். மதியம் என்ன? என்றார் கிருஷ்ணன். அன்றைய சமையல் தெரிவிக்கப்பட்டதும் சில சிறப்புத் தயாரிப்புகளுக்குக் கிருஷ்ணன் உத்தரவு பிறப்பித்தார். வாயில்வரை வந்து வழியனுப்பினார்கள். அங்கிருந்து திரையிடப்படும் இடத்திற்கு நீண்டதூரம் நடந்து சென்றோம். இரண்டு படங்கள் முடிந்து சுமார் ஒரு மணிக்கு வெளியே வந்ததும் கான்டீன் பையன் காத்துக்கொண்டிருந்

தான். சமையல் விபரங்கள் முழுவதையும் எங்களிடம் எடுத்துக் கூறி, கிருஷ்ணனைக் கையோடு அழைத்து வரும்படி கான்டீனில் கேட்டுக்கொண்டதாக வேண்டினான். அங்கிருந்த மூன்று நாள் களும் காலையும் மதியமும் இந்த ராஜ உபசரிப்பு தொடர்ந்தது.

ஒரே ஒரு கேள்வியின் தாக்கத்தை எண்ணி நான் வியந்து கொண்டிருந்தேன். அறிவின் அதிகாரம்?

காபி கடை நிறபேதம்

நண்பர்கள் மணியும் ஷர்மாவும் நானும் பெர்லினில் ஒரு காபி கடைக்குப் போயிருந்தோம் (2002இல்). கடை காலி யாக இருந்தது. அங்கிருந்த ஒரே பெண் பணியாளர் வந்து தேவையை அறிந்துகொண்டு சென்றார். அவர் எனக்குப் பார்க்கத் தூய ஆரிய ஜெர்மானியர் போல இருந்தார். சில நிமிடங் களுக்குப் பிறகு பார் மேஜைக்குப் பின்னிருந்து அவர் ஒரு துப்பாக்கியை உருவுவதைப் பார்த்தேன். ஜேம்ஸ் பாண்ட் நாயகிபோல அதை ஸ்டைலாகப் பிடித்தபடி ஒயிலாக எங்களை நோக்கி நடந்து வந்தார். உயரும் பதற்றத்தை வெளிக்காட்டாமல் அமர்ந்திருந்தேன். என் மார்பை நோக்கி அதை நீட்டி அவர் விசையை அழுத்தியதும் அதிலிருந்து சுடர் பற்றியது. மெழுகு வர்த்தி ஒன்றைக் கொளுத்தி மேஜையின் மையத்தில் வைத்து விட்டு அவர் தன் இருப்பிடத்திற்கு மீண்டார். காபியும் சில பணியாரங்களும் வந்தன.

பல மேற்கத்திய 'கபே'க்கள்போல இதிலும் புகழ் பெற்ற மாஃபியா தலைவரான *Al Capone*இன் புகைப்படம் மாட்டப் பட்டிருந்தது. நண்பர்கள் அந்த *cafe* யாருடையதாக இருக்கும் என்று பேசிக்கொண்டார்கள். ஷர்மா இது நிச்சயமாக ஜெர்மானி யர் நடத்தும் கபே அல்ல என்றார். பணியாளரை அழைத்து நண்பர்கள் விசாரித்தார்கள். உரிமையாளர் துருக்கியர் எனத் தெரிந்தது. கொஞ்ச நேரம் மூளையைக் கசக்கிவிட்டு நண்பரிடம், 'எப்படிக் கண்டுபிடித்தீர்கள்?' என்றேன். 'இங்குச் சூழல் இறுக்க மற்று இருக்கிறது. பணிப்பெண் நம்மை மரியாதையுடன் நடத்து கிறார். எனவே, இது ஜெர்மானியரின் *cafe* அல்ல என ஊகித்தேன்' என்றார்! ஒரு அந்நியனால் ஒருபோதும் உணரமுடியாத நுட்பம் இது. வாழ்ந்து பெற்ற அனுபவத்தால் நிறவெறியின் கொடுமையை ஒரு நுட்பமான செய்தியின்வழி அன்று அந்த நண்பரால் வெளிப்படுத்த முடிந்தது. பின்னர் நவநாஸிகளால் தாக்கப்பட்ட ஒரு வங்காளி முதியவரையும் தூய ஆரியப் பிரதேசமாகக்

கருதப்படும் பெர்லினின் புறநகர்ப் பகுதிக்குச் சென்று வந்த ஒரு இளம் தமிழக மாணவியையும் சந்தித்து அறிந்த செய்திகளும் பெற்ற உணர்வுகளும் ஜெர்மனியின் எதிர்மறையான இந்தக் கூற்றை உள்வாங்கிக்கொள்ள உதவின.

என்னைப் பெர்லினுக்கு அழைத்து விருந்தோம்பிய நண்பர் சுசியும் அவர் மனைவி இன்பாவும் பெர்லினுக்கு அகதிகளாக வந்திறங்கியபோது வெவ்வேறு ஜெர்மானியக் குடும்பங்களால் தத்தெடுக்கப்பட்டனர். அவர்களைப் பெற்றோருக்கு இணையாகக் கருதி அந்த ஜெர்மானியக் குடும்பப் பெயர்களைத் தம் பெயரோடு இணைத்துக்கொண்டுள்ளனர். ஒரு சமூகத்தின் இரண்டு முகங்கள் இவை. இந்த இரண்டாம் முகம் தொழில் முற்போக்காளர்களின் பதிவுகளில் வழக்கமாக இருட்டடிப்புச் செய்யப்பட்டுவிடும்.

இதழ் 93, செப்டம்பர் 2007

4

சுயம்பு

நண்பரிடம் ஒருமுறை சொல்லியிருந்தேன் என்றா லும் அவர் கவனத்தில் பதியவில்லை போலும். புனையப் பட்ட சில பிம்பங்களைக் கேள்விக்குள்ளாக்குவது எளிதல்ல.

நவீன இலக்கிய வரலாற்றில் ஒரு சுயம்புவாக, அதிசய மாகப் பார்க்கப்பட்டவர் ப. சிங்காரம். எழுபதுகளில் தஞ்சை பிரகாஷ், கோணங்கி, முருகேசபாண்டியன், சி. மோகன் என இலக்கியத் தளத்திலிருந்து சிலர் அவரைச் சந்தித்தனர். ஒரு மதுரைக் கலைஞனுக்காக ஏங்கிக்கொண் டிருந்த அன்றைய மதுரைசார் இளைஞர்களுக்கும் ஒரு விடிவெள்ளிபோல, ஒரு நாட்டுப்புற அதிசயம்போல அவர் தோன்றியிருக்க வேண்டும். ஒரு இலக்கியவாதியைக் ‘கண்டுபிடித்துவிட்ட’ பெருமிதம் இன்னும் சில உதட் டோரங்களில் வழிந்துகொண்டேயிருக்கிறது.

தமிழ் நவீன இலக்கியத் தாக்கம் பெரிதும் இல்லாத எழுத்து முதலான சிற்றிதழ் மரபின் பாதிப்பற்ற ஒரு நவீனக் கலைஞன்! படைப்பாளிக்கான தகுதிகளாகக் கூறப்படும் பல தகுதிகளும் இல்லாத ஒரு கலைஞன்!

இக்கதையைப் ‘புதுயுகம்’ காலத்தில் இருந்து பலமுறை கேட்டிருக்கிறேன். ஆகஸ்ட் 2007 மதுரை புத்தகச் சந்தை யில் ப. சிங்காரம் பற்றி முருகேசபாண்டியன் உரையிலும் இக்கதை மீண்டும் சொல்லப்பட்டது. ப. சிங்காரம் அவர் களும் தன்னைச் சந்திக்க வந்தவர்களிடம் தனது இலக்கிய பாதிப்புகளை முழுமையாகப் பகிர்ந்துகொள்ளவில்லையோ எனத் தோன்றுகிறது. நான் பாண்டியனிடம் முன்னர் கூறிய ஒரு விஷயம் அவர் மனத்தில் பதியவில்லை என்பது தெரிந்ததும், இக்குறிப்பை எழுதிவிட வேண்டும் எனத் தோன்றியது.

மேற்படி கதையைக் கேட்கும்போதெல்லாம் என் மனத்தில் ஒரு சிறிய உறுத்தல் இருக்கும்; நவீனத்துவ

இலக்கிய இயக்கத்திற்கு வெளியில் நவீன இலக்கியம் சாத்தியப் பட்டுள்ளதா? நவீன இலக்கிய மொழியின் தாக்கம் இன்றி நவீன இலக்கிய வாசகனைக் கவரும் படைப்பைத் தர முடியுமா?

எழுத்து தொகுதிகளைப் புரட்டிக்கொண்டிருந்தேன். இக்கடிதம் கண்ணில்பட்டது.

> *எழுத்து* சிந்தனையைத் தூண்டும் வகையில் இருந்தது. தமிழ் வளர்ச்சிக்கு இன்று முதல் தேவையாக இருப்பது நேர்மையான, ஓரவஞ்சனை இல்லாத விமர்சனமாகும். அந்தத் தேவையை தங்கள் பத்திரிகை நிறைவேற்ற முடியுமானால் . . .
>
> **ப. சிங்காரம்**
> **மதுரை**
> ***(எழுத்து – 3, மார்ச் 59)***

மேற்படி கடிதம் பல விஷயங்களை உணர்த்துகிறது.

- கடிதம் *எழுத்து* மூன்றாம் இதழிலேயே வெளியாகியுள்ளது. முதல் இரண்டு இதழ்களையுமே படித்துவிட்டு எழுதப்பட்டது என யூகிப்பதில் தவறில்லை. அதாவது *எழுத்து* வெளிவந்த உடனேயே ப. சிங்காரம் கவனத்திற்கு வந்துவிட்டது.

- *எழுத்து* சந்தாதாரர்களுக்கு மட்டுமே அனுப்பப்பட்ட இதழ். ப. சிங்காரம் சந்தாதாரரா?

- இன்றுபோலப் புதிய சிற்றிதழ்களுக்கு வெகுஜன இதழ்கள் வழி டமாரம் அடிப்பது, மெரினா பீச்சில் வசூல் வேட்டை, சுருட்டல் எல்லாம் நடைபெறாத காலம் அது. எழுத்துப் பற்றி ப. சிங்காரத்திற்குத் தெரிந்தது எப்படி? அன்றைய நவீன இலக்கிய உள் வட்டத்தோடு அவர் தொடர்பு கொண்டிருந்தாரா?

- தமிழ் சமகால நவீன எழுத்துடன் பரிச்சயம் இல்லாமல் 'தமிழ் வளர்ச்சிக்கு இன்றைய தேவை' பற்றி அக்கறை கொள்ள முடியுமா? அல்லது 'எழுத்'தைப் படித்து உள்வாங்கிக்கொள்ளத்தான் முடியுமா? தீவிர இலக்கியம் பற்றிய அக்கறை இன்றி 'எழுத்து'க்கு ஆதரவாகக் கடிதம் எழுதும் உந்துதல் ஏற்படுமா?

ப. சிங்காரத்தின் படைப்புலகின் மீதான தாக்கங்கள் பற்றிய மறுபரிசீலனை அவசியம்.

செங்கமலமும் இலக்கியமும்

இலக்கிய அவதூறுகளில் சில கோபத்தையும் சில அருவருப்பையும் ஏற்படுத்தக்கூடியவை. சமீபத்தில் என் பெயர் குறிப்பிட்டு எழுதப்பட்ட ஒரு 'படைப்பை'ப் புரட்டிப் பார்த்தபோது, இரண்டாம் உணர்வே ஏற்பட்டது. அவதூறுப் படைப்புகளை எழுதுவதில் பெண் எழுத்தாளர்கள் ஆண் களுக்குச் சளைத்தவர்கள் அல்ல என்பதன் உதாரணம் இந்தப் 'படைப்பு'. பால் சமத்துவம் எந்நிலையிலும் வரவேற்கப்பட வேண்டியதுதான்.

அந்தப் 'படைப்பாளியை' ஓரிருமுறைகள் சந்தர்ப்பவசமாகச் சந்தித்திருக்கிறேன். முதல்முறை இவர் உலகக் கவிஞர் ஒருவருடன் மேற்கொண்டிருந்த பயணத்தில் இடையீடாக வீட்டிற்கு வந்திருந்தபோது. பின்னர் ஒருமுறை மதுரைக் கடைத் தெருவில். மூன்றாம்முறை, தனது திட்டங்கள் கடைசிவரை தனக்கே தெரியாதபடி செயல்படும் நண்பர், ஒரு பயணத்தின்போது முன் அறிவிப்பில்லாமல் என்னை அப்'படைப்பாளி' வீட்டு வாசலில் இறக்கியபோது. மூன்றுமுறையும் ஓரிரு வார்த்தை களுக்கு மேல் பேசியதில்லை. கடிதம், மின்னஞ்சல், குறுஞ்செய்தி, தொலைபேசித் தொடர்பு எதுவும் எப்போதும் இருந்ததில்லை. ஓரிருமுறை அவர் காலச்சுவடுக்கு அனுப்பிய 'படைப்புகள்' அவற்றிற்கு உரிய இடத்திற்குப் போய்ச் சேர்ந்திருக்கின்றன. தமது படைப்புகளுக்கு இடமளிக்காத ஒரு தளத்தின்மீது எழுத்தாளர்கள் வருத்தம் கொள்ளலாம். ஆனால், எதற்கும் ஒரு எல்லை இருக்கிறது. காலச்சுவடுமீது சில எழுத்தாளர்கள் 'பிளாக் மெயில்' ரக முயற்சிகளை மேற்கொள்வது ஒரு தொடர்கதையாகவே இருந்து வருகிறது.

இந்தப் 'படைப்பு' என் பெயர்கொண்ட ஒரு கதாபாத்திரத் திற்கும் கதாசிரியருக்குமான அல்லது கதைசொல்லிக்குமான உறவையும் ஊடலையும் புனைகிறது. மேற்படி கதையில் என் பெயர் இடம்பெற்றிருப்பது வெறும் கற்பனை என்று ஒதுக்கு வோம். பத்திரிகையாளர் எனத் தொழிற் பெயர் இடம் பெறுவதை யும் மறந்துவிடுவோம். மேற்படி 'படைப்பாளி'க்கும் உங்களுக்கும் என்ன பிரச்சினை? ஏன் உங்களைத் திட்டிக்கொண்டே இருக்கிறார்? என்று சில நண்பர்கள் தில்லியிலிருந்து குமரிவரை அவ்வப்போது என்னை விசாரிப்பது இப்'படைப்பாளி'யின் மனப்பிராந்துக்கு ஆதாரமாக உள்ளது. சதா பாதாளச்சாக்கடை முன் நிற்பதுபோல முகபாவம் காட்டும் அப்'படைப்பாளி' யோடு எனக்கு ஒவ்வாமையைத் தவிர வேறு எந்த உணர்வும் ஏற்பட்டது இல்லை. ஆர்.எஸ்.எஸ். அரசாங்கம் ஏற்பட்டால்,

அதன் சென்சார் போர்டில் பணியாற்றத் தகுதியான ஆச்சார மான கருத்துகள்கொண்ட இந்தப் ‘படைப்பாளி’, இங்கு ‘முற்போக்கு’ வட்டாரத்தில் உலாவுவது தமிழகத்தில் மட்டுமே சாத்தியம்.

கதையில் இவ்வாறு ஒரு கூற்று வருகிறது “நேரடியா படுக்க வர்றியா”னு கேட்பதே யோக்கியம் என்று. தமது படைப்புகள் வழி தமது ஆற்றாமையை வெளிப்படுத்தும் படைப்பாளிகள், தமது கதாபாத்திரத்தின் சில அறிவுறுத்தல்களையும் பின்பற்றுவது நல்லது.

மேற்படி கதை வெளிவந்த ‘புதிய பார்வை’ இணை ஆசிரியர் மணா அவ்விதழ் வெளிவந்து சுமார் ஒரு மாதத்திற்குப் பிறகு என்னைத் தொடர்புகொண்டார். அவர் குரலில் பதற்றமும் வலியும். மேற்படி சிறுகதையின் உள்சரடுகள் அவரது கவனத் திற்குத் தாமதமாகவே வந்திருக்கின்றன. எனக்குத் தெரிந்திருந் தும் தன்னிடம் ஏன் கூறவில்லை என்று என்னைக் கடிந்து கொண்டார். உதவி ஆசிரியர்கள் அச்சிறுகதையை வெகுளித்தன மாகத் தேர்வு செய்துவிட்டார்கள் என்று வருத்தம் தெரிவித் தார். *புதிய பார்வை* இதழ் ஏப்ரல் 1 – 15, 2007இல் இக்குறிப்பு இடம்பெற்றுள்ளது.

> சில இதழ்களுக்கு முன் *புதிய பார்வையில்* வெளிவந்த ஒரு சிறுகதை, சிறுபத்திரிகை சார்ந்த இலக்கியவாதிகள் மத்தியில் சலனத்தை உருவாக்கியிருக்கிறது. காரணம் – குறிப்பிட்ட சிறுகதையில் பாத்திரத்தின் பெயராகக் கருதப் பட்ட ஒரு பெயர் குறிப்பாக ஒருவரைச் சுட்டுகிற விதத்தில் எழுதப்பட்டிருப்பதுதான். படைப்பாளியின் படைப்புச் சுதந்திரத்தின் மீது வைத்திருந்த நம்பிக்கையின் பேரிலேயே அதைப் பிரசுரித்திருந்தோம். ஆனால் தனிப்பட்ட ஒருவர் மீதான விமர்சனத்திற்கு அந்தச் சிறுகதை வடிவத்தைப் பயன்படுத்தியிருப்பதைப் பிறகே உணர்ந்தோம். தனிப் பட்ட தாக்குதல்களும் மோசமான வசைகளும் அவ்வப் போது நவீனமாக நிகழ்கிற தமிழ் இலக்கியச் சூழலில் – *புதிய பார்வையைப்* பொறுத்தவரை – கடந்த இரண் டாண்டுகளாக அதைக் கவனத்துடன் தவிர்த்துவந்திருக் கிறோம். எழுதப்பட வேண்டிய பிரச்சினைகள் எவ்வளவோ இருக்க – வார்த்தைகளின் மூலமாக வலியைப் பரப்பும் பிறாண்டல்களுக்கு இடமளிப்பது திரும்பத் திரும்பக் குழு வாதத்தையே கௌரவப்படுத்துவதாக அமையும் என்றிருந்த கவனத்தை மீறி, தனிப்பட்ட தாக்குதலை மையமாகக்கொண்ட சிறுகதையை வெளியிட்டதற்காக வருத்தத்தை நண்பர்களுடன் பகிர்ந்துகொள்கிறோம்.

புதிய பார்வை குறிப்பு வெளிவந்த பிறகு ஒரு பன்மொழி எழுத்தாளர், நவீன சரோஜாதேவி ரகக் கதைகளும் டௌன்லோட் கட்டுரைகளும் எழுதி விண்புகழை எட்டியிருப்பவர் – பலருக்கும் கிளுகிளுப்போடு குறுஞ்செய்தி அனுப்பிவந்ததாக அறிந்தேன். காக்கை உகக்கும் பிணம்.

ஜீவநதி எனும் அதிசயம்

தமிழ் நாளிதழ்கள், வார இதழ்கள் ஆகியவற்றைப் படிக்கும் போதும் அரசியல்வாதிகளின் பேச்சைக் கேட்கும்போதும் மிக அதிகமாகப் புழங்கும் வார்த்தை களில் ஒன்று 'ஜனநாயகம்'. மிக அதிகமாகப் பயன்படுத்தப்படும் சொல் என்பதாலேயே அதன் பொருளை நாம் துல்லியமாகப் புரிந்துகொள்வதில்லை. அகராதியில் ஜனநாயகத்திற்குக் கீழ்க்காணும் அர்த்தங்கள் கொடுக்கப்பட்டுள்ளன:

1. மக்களாட்சி – அதிகாரம் மக்களிடமிருக்கிறது. அவர்கள் அந்த அதிகாரத்தை நேரடியாகவோ தங்கள் பிரதிநிதிகள் வழியாகவோ செலுத்தலாம்.
2. சமத்துவத்தை ஆதரிக்கும் சமூக அமைப்பு.
3. சிறுபான்மையினரின் கருத்துகளைச் சகித்துக் கொள்ளும் அமைப்பு.

ஜனநாயகத்தின் ஆங்கிலச் சொல்லான Democracy கிரேக்க மூலச் சொல்லான Democratia விலிருந்து உருவானது. இச் சொல்லைக் கிட்டத்தட்ட 'மக்களாட்சி' என்னும் பொருளில் பிளாட்டோ பயன்படுத்தியிருக்கிறார். இருப்பினும் கிட்டத் தட்ட 19ஆம் நூற்றாண்டுவரை 'ஜனநாயகம்' என்பது கட்டுப் படுத்த முடியாத மக்கள் சக்தியைக் குறிக்கும் ஆபத்தான ஒரு விஷயமாகவே இங்கிலாந்தில் பொதுவாகப் பார்க்கப் பட்டது. 19, 20ஆம் நூற்றாண்டுகளில்தான் அரசியல் கட்சிகள் ஜனநாயகத்தை ஏற்றுக்கொண்டன.

○

பல ஆண்டுக் காலம் போராடி, கடந்த நூற்றாண்டில் நாம் இந்தியாவில் பெற்ற ஜனநாயகத்தை இன்று இழந்துவரு கிறோம். ஏனெனில் போராடிப் பெற்ற ஜனநாயகத்தைப் போராடித்தான் தக்கவைத்துக்கொள்ள முடியும். ஆனால், இன்று நாம் போராடத் தயாராக இல்லை. கேள்வி கேட்ப தில்லை. எதையும் ஆழமாகச் சிந்திப்பதில்லை. ஆச்சரியப்படுவதோ அதிசயப்படுவதோ இல்லை.

உதாரணமாக, தாமிரபரணி என்னும் ஜீவநதி நெல்லையில் ஓடிக்கொண்டிருக்கிறது. அது எங்கே தொடங்கி எங்கே முடிகிறது என்பது நம்மில் பெரும்பாலானோருக்குத் தெரியாது. அது எப்படி வற்றாமல் ஓடுகிறது என்பதையும் நாம் சிந்திக்கவில்லை. அது வற்றாமல் ஓடுவது கண்டு நாம் அதிசயப்படுவதில்லை. நாம் அதிசயப்பட்டால், பின்னர் அறிந்துகொண்டால், அதைப் பாதுகாக்க முற்படுவோம். அது மாசடையாமல் காப்பாற்ற இயங்குவோம். 'நொய்யல்' என்னும் ஆற்றைக் காக்க கோவையில் ஒரு மக்கள் இயக்கம் நடப்பதை நீங்கள் அறிந்திருக்கலாம். அத்தகைய இயக்கங்கள் ஜனநாயகத்திற்கு இன்றியமையாத தேவை. ஓட்டுப் போடுவதும் அரசு அமைப்பதும் மட்டுமல்ல, தாமிரபரணி போன்ற நதிகள் தொடர்ந்து ஜீவநதிகளாகி ஓடிக்கொண்டிருப்பதை உறுதிப்படுத்திக் கொள்வதும் ஒரு ஜனநாயகத் தேவைதான்; செயல்பாடுதான்.

தாமிரபரணிக்குப் பல ஆபத்துகள் நிகழ்ந்துள்ளன. இன்றும் நிகழ்ந்துவருகின்றன. இவற்றை எதிர்கொண்டால் மேலே கண்ட வரையறைபடி இன்று நாம் ஒரு முழுமையான ஜனநாயக அமைப்பா இல்லையா என்பது தெரியவரும். எந்த அளவுக்கு ஜனநாயக உரிமைகளை இழந்திருக்கிறோம், எந்த அளவுக்குத் தக்கவைத்துக்கொண்டிருக்கிறோம் என்பதையும் அனுபவபூர்வமாக அறியலாம்.

தாமிரபரணியில் பல ரசாயன மாசுக்கள், நகரச் சாக்கடைகள், குப்பைகள் கலந்துவருகின்றன. இது நமது சமூகம் விழிப்பான நிலையில் இல்லை என்பதை உணர்த்துகிறது. விழிப்பான நிலையில் இல்லாத ஒரு சமூகம் ஜனநாயக உரிமைகளைத் தக்கவைத்துக்கொள்ள முடியாது. சிறுபான்மையினர் குரலைச் சகித்துக்கொள்வது ஜனநாயகத்தின் லட்சணங்களில் ஒன்று என்பதைப் பார்த்தோம். தாமிரபரணியில் மாசு கலக்கக் கூடாது என்று நாம் பேச முற்படும்போது முதலில் நம் குரல் சிறுபான்மைக் குரலாக இருக்கும். அப்போது நமது குரலை அதிகாரவர்க்கம் சகித்துக்கொள்கிறதா அல்லது அடக்க முற்படுகிறதா என்பதைப் பார்க்க வேண்டும். உள்ளூர்ச் சமூகம் நமது குரலைப் பொருட்படுத்துகிறதா என்பதைக் கவனிக்க வேண்டும். ஊடகங்கள் நமது குரலுக்கு இடம் தருகின்றனவா என்பதையும் அறிந்துகொள்ள வேண்டும். இவற்றிலிருந்து சிறுபான்மையினருக்கு இச்சமூக அமைப்பில் இருக்கும் இடத்தை அறிந்து கொள்ளலாம்.

அடுத்ததாக, தாமிரபரணியின் மணல் பெருமளவுக்குத் திருடப்படுகிறது. இது நதியை அழித்துவிடும். மணல் திருட்டானது அரசியல் மற்றும் அதிகாரவர்க்கத்தின் பின்புலத்தோடு

நடப்பது என்பது அனைவரும் அறிந்த செய்தி. இதை நாம் எதிர்க்கும்போது, நமது பிரதிநிதிகளான சட்டமன்ற உறுப்பினர்கள், நாடாளுமன்ற உறுப்பினர்கள், பிற அரசியல்வாதிகள் நமது சேவகர்களாகச் செயல்படுகிறார்களா அல்லது நம்மை அடக்கி ஆள்பவர்களாக மாறிவிட்டார்களா என்பதை அறிந்து கொள்ளலாம். ஜனநாயகத்தின் பிற லட்சணங்கள் என்று நாம் பார்த்த சமத்துவம், மக்களாட்சி இவற்றின் நிலை என்ன என்பதையும் அப்போது தெளிவுபடுத்திக்கொள்ள முடியும்.

தாமிரபரணியின் நீர் இன்று பன்னாட்டு நிறுவனங்களால் கொள்ளையடிக்கப்படுகிறது. இவற்றிற்கு எதிரான போராட்டமும் இங்கு நடைபெற்று வருகிறது. அதிகாரம் உண்மையிலேயே மக்களிடமிருந்தால், இங்குள்ள பெரும்பான்மை மக்கள் விருப்பப்படி இந்த நீர்க் கொள்ளை நிறுத்தப்படும். இல்லை என்றால், பன்னாட்டு நிறுவனத்தின் சுரண்டலைத் தடுக்கும் அதிகாரத்தை நாம் இழந்துவிட்டோம் என்பது பொருள். இன்று நமது ஜனநாயக அமைப்பு மட்டுமல்ல நமது இந்திய நாட்டின் இறையாண்மை என்பதே கேள்விக்குள்ளாகி விட்டது என்பதும் அப்போது தெளிவுபெறும்.

அறிந்துகொள்ளாத, கேள்வி கேட்காத, வியப்படையாத, ஆத்திரங்கொள்ளாத, விவாதிக்காத, போராடாத குடிமக்களைக் கொண்ட நாட்டின் ஜனநாயகப் பண்பு சிறுகச் சிறுக அழிந்துவிடும்.

[07.08.2006 அன்று பாளையங்கோட்டைப் புனித சவேரியார் தன்னாட்சிக் கல்லூரி ஜனநாயக மன்றத்தின் (மாணவர் கருத்துப் பரிமாற்றத்திற்கான களம்) தொடக்க விழாவில் பேசியது.]

இதழ் 94, அக்டோபர் 2007

5

எதிர்ப்பு அரசியல்

சுவாமி அக்னிவேஷ் அகில உலக ஆரிய சமாஜப் பேரவையின் தலைவர். இந்து மதத்தின் பன்முகத் தன்மையை வலியுறுத்திவருபவர்களில் ஒருவர். மதவாதத்தின் தீவிரமான எதிர்ப்பாளர். மத நல்லிணக்கத்திற்காகத் தொடர்ந்து பாடுபடுபவர். காவி உடை மார்க்சியவாதியாக அறியப்படுபவர். இந்துத்துவம், இந்து மதத்தைக் 'கொலை' செய்வதாகக் குற்றஞ்சாட்டியுள்ளார் சுவாமி அக்னிவேஷ் (*தெஹல்கா*, 17 நவம்பர் 2007). *தெஹல்கா* இதழ் அம்பலப்படுத்திய இந்துத்துவவாதிகளின் (குஜராத் 2002 தொடர்பான) வாக்குமூலங்கள் தொடர்பாக அவ்விதழுக்கு அவர் அளித்துள்ள நேர்காணலில், *தெஹல்கா*வின் ஒளிப்பதிவுகள் ஒளிபரப்பப்பட்ட பிறகு *வாழும் கலை* ஸ்ரீ ஸ்ரீ ரவிசங்கர் அவர்கள் தன்னைத் தொடர்புகொண்டு தனது அதிர்ச்சியைப் பகிர்ந்துகொண்டதாகவும் அப்போது தான் அவரிடம் ஓர் அறிக்கை தயாரிக்கக் கோரியதாகவும் அவ்வறிக்கையில் தானும் பாதர் வல்சன் தம்புவும் கையெழுத்திட்டதாகவும் கூறுகிறார். அவ்வறிக்கையை தெஹல்கா கட்டங்கட்டி வெளியிட்டுள்ளது. குரு ரவி சங்கரின் இச்செயலை சுவாமி அக்னிவேஷ் 'இருளில் ஒரு ஒளிக்கதிர்' என வருணித்துள்ளார்.

குரு ரவிசங்கர் இந்துத்துவ ஆதரவாளராகப் பார்க்கப் படுகிறாரே என்ற கேள்விக்கு சுவாமி அக்னிவேஷின் பதில்: "உண்மைதான். 2004 பொதுத் தேர்தலில் வாஜ்பாயிக்கும் அத்வானிக்கும் ஆதரவாக ரவிசங்கர் குறுஞ்செய்திகளைப் பெருமளவிற்கு அனுப்பியதாகக் கூறப்பட்டது. காங்கிரஸ் முகாம் ரவிசங்கர் ஓர் இந்துத்துவ ஆதரவாளர் என நம்புகிறது. எனவே *தெஹல்கா* அம்பலப்படுத்தலுக்குப் பிறகு அவர் என்னை அழைத்தது மேலும் முக்கியத்துவம் உடையதாகிறது. ஆகவே அவரை அறிக்கை தயாரிக்கக் கேட்டுக்கொண்டு அதில் நானும் வால்சன் தம்புவும் கையெழுத்திட்டோம்." மேற்படி அறிக்கையின் முக்கியச் செய்திகள்.

1. குஜராத்தில் படுகொலைக்குக் காரணமாக இருந்தவர்கள் இந்து மதத்திலிருந்து நீக்கப்பட வேண்டும்.

2. 'இந்து மதத்திற்கு ஆபத்து' என்னும் முழக்கம், மதப் போர்வையில் சுயநலத்தையும் கிரிமினல்களின் அரசியலையும் மறைக்கப் பார்க்கிறது.

3. நீதிமன்றங்கள் துரிதமாகவும் உறுதியாகவும் இயங்கிக் குற்றவாளிகளை, அவர்கள் எவ்வளவு உயர் அதிகாரத்தில் இருப்பினும் தண்டிக்க வேண்டும்.

4. தலித்துகள், ஆதிவாசிகள் மற்றும் பிற பாதுகாப்பற்ற மக்கள்மீது நடத்தப்படும் தாக்குதல்களைச் சிறிதளவும் சகித்துக்கொள்ளவே கூடாது. இத்தகைய செயல்களில் ஈடுபடுபவர்கள் தேச விரோதிகளாவர்.

இந்தியாவில் மிகப் பிரபலமான மத குருக்களில் ஒருவரான குரு ரவிசங்கர் இத்தகைய ஓர் அறிக்கையை வெளியிட்டிருப்பது மதவாதத்திற்குக் கெடுதியானது என்பது தெளிவு.

இனி சுவாமி அக்னிவேஷின் செயல்பாட்டை நமது 'புரட்சிகர' இந்துத்துவ எதிர்ப்பாளர்களின் செயல்பாட்டோடு ஒப்பிட்டுப் பார்க்கலாம்.

நமது 'புரட்சி'கர அறிவுஜீவிகளின் பணி மதவாதத்திற்கும் பாசிசத்திற்கும் எதிரான அணிதிரட்டல் அல்ல. மாறாக அவற்றிற்கு ஆள்பிடிப்பதே இவர்களது பிரதானமான பணி. பாரதி, புதுமைப்பித்தன் போன்ற ஆளுமைகளில் சில துண்டு துணுக்குகளைச் சீவி எடுத்து, பரிசோதனைச் சாலைக்கு அனுப்பி, சில இந்துத்துவ மரபணுக்களைக் கண்டெடுத்து இந்துத்துவவாதிகளுக்குத் தாரை வார்ப்பது. அவதூறுகள் மூலம் எதிரிகளைத் தயாரித்து இந்துத்துவ முகாமிற்கு வழிகாட்டுவது. இந்துத்துவத்திற்குத் தங்களைப்போல ஆள்பிடிக்க மறுப்பவர்களை இந்துத்துவவாதிகள் எனக் குற்றஞ்சாட்டுவது. இந்துத்துவம் பற்றி இரு மனப்போக்கோடு இருப்பவர்களைத் தங்களது முரட்டு வார்த்தைகளின் மூலம் இந்துத்துவத்தை நோக்கி மிதித்துத் தள்ளுவது.

கோர்பச்சேவிற்கு முற்பட்ட காலத்தில் சோவியத் யூனியன் பற்றிய பல நியாயமான குற்றச்சாட்டுகளை அமெரிக்க வலது சாரிகள் முன்வைத்திருந்தனர். கோர்பச்சேவ் அவற்றை ஒவ்வொன்றாகச் சரிசெய்தபோது, அவர்கள் அவரை ஆதரிப்பதற்குப் பதில் அவருடைய கடும் விமர்சகர்களாக மாறினார்கள். அவர் ஏமாற்றுகிறார் ஐயகோ என எச்சரிக்கை கொடுத்தார்கள். ஆயுள்காலம் முழுவதும் சோவியத் எதிர்ப்புத் தொழிலை

லாபகரமாகச் செய்துவந்தவர்களால் அதன் இன்மையை நினைத்துக்கூடப் பார்க்க முடியவில்லை. இவர்களுடைய அடுத்த கண்டுபிடிப்புதான் 'இஸ்லாமியப் பயங்கரவாதம்.'

அதுபோல நமது 'புரட்சிகர' அறிவுஜீவிகளால் இந்துத்துவம், பார்ப்பனியம் எல்லாம் இல்லாத உலகை நினைத்துக்கூடப் பார்க்க முடியாது. இவர்களுடைய இருப்பும் சுய அடையாளமும் பங்களிப்புகளால் அல்ல, எதிர்ப்பு அரசியலால் நிர்ணயிக்கப் படுகிறது. இந்துத்துவத்தைப் பலவீனப்படுத்துவதல்ல, தமது அடையாளத்தை உறுதிப்படுத்திக்கொள்வதே இவர்களது செயல்பாட்டில் ஆதார சுருதி.

இந்து மதமும் இந்துத்துவமும் ஒன்றுதான் என்றெல்லாம் இங்கு பேசப்பட்டதை வாசகர்கள் மறந்திருக்கமாட்டார்கள். இந்து மதம் சில சாதி, இன, பிராந்திய நம்பிக்கைகளின், சடங்குகளின், வழிபாட்டு முறைகளின் தொகுப்பு. இதில் பெரும்பான்மையோரின் மதப்பற்று, அரசியல் கலப்பற்ற தனிப் பட்ட நம்பிக்கை. இந்துத்துவம் சில இந்துக்களின் முழுவதுமாக அரசியல் நோக்கங்கொண்ட கோட்பாடு. இவை இரண்டும் ஒன்றுதான் என்னும் அறிவிப்பு இந்துத்துவத்திற்குப் பெரும் பான்மை அரசியல் அந்தஸ்தை உடனடியாக வழங்கிவிடுகிறது.

சுவாமி அக்னிவேஷ், அஸ்கர் அலி இன்ஜினியர் போன்ற மதவாதத்தின் உண்மையான எதிர்ப்பாளர்களின் செயல்பாடு கள் பல மனமாற்றங்களை ஏற்படுத்தவல்லவை. தமது வாழ் நாளில் பிற்போக்கான எண்ணங்கள் கொண்ட ஒருவரிடத்தி லேனும் தம்முடைய எழுத்துகளாலும் செயல்பாடுகளாலும் மனமாற்றத்தை ஏற்படுத்த முடிந்திருக்கிறதா என்னும் கேள்வியை நமது 'புரட்சிகர' அறிவுஜீவிகள் தம்மைத்தாமே கேட்டுக் கொண்டு, அதற்குரிய நேர்மையான பதிலுக்கு முகங்கொடுக்க வேண்டும்.

○

கருத்துச் சுதந்திரம்

ஒரு வாசகர் கடிதம் கிடைத்தது

அன்புடையீர்! வணக்கம்.

டிசம்பர் மாதக் *காலச்சுவடில்* ஆசிரியரின் வெந்து தணியும் அவதூறுகள்' படித்தேன். பெரியாரை விமர்சித்தது குறித்தான எதிர்வினைகள் *காலச்சுவடை* எந்த அளவுக்குப் பாதித்துள்ளது என்பதை உணர முடிந்தது.

கருத்துச் சுதந்திரம், புனிதங்களை உடைப்பது, விமர்சிப்பது, கேள்விக்குட்படுத்துவது என எல்லாவற்றையும் ஏற்றுக்கொள் கிறேன். ஆனால் அது ஒருதலைப்பட்சமாக இருக்கக்கூடாது.

காலச்சுவடும் தனது கருவறையில் சில புனிதர்களைப் பிரதிஷ்டைசெய்து, அர்ச்சனைசெய்துகொண்டிருக்கிறது. அவர்களையும் விமர்சித்துச் சிறப்பிதழும் செம்பதிப்பும் வெளி யிட்டால்தான் நேர்மையாகவும் நியாயமாகவும் இருக்கும்.

அந்தப் புனிதர்களின் பட்டியல் கீழே

1. பாரதியார்

இதுவரையில் பார்ப்பனரல்லாதவர்கள்தான் பாரதியை விமர்சித்திருக்கிறார்கள். எந்த ஒரு பார்ப்பானும் பார்ப்பன ஊடகமும் கேள்விக்கு உள்ளாக்கியது இல்லையே? அது ஏன்?

2. புதுமைப்பித்தன்

பார்ப்பன – வெள்ளாளப் பிள்ளைமார் கூட்டணியின் இலக்கியப் பிரிவுத் தலைவர் புதுமைப்பித்தனை விமர்சியுங்கள்.

3. சுந்தர ராமசாமி

தங்களது தோப்பனார் பற்றி விமர்சித்துச் சிறப்பிதழ் வெளியிடுங்கள் பார்க்கலாம். இதற்குக் கட்டுரைகள் தேடி எங்கேயும் அலைய வேண்டாம், பிரமிள் எழுதியது மட்டும் போதும்.

4. பார்ப்பனியம்

கிறித்துவ மதத்தில் பிறந்த கலிலியோ, கோபர் நிகஸ், டார்வின், இங்கர்சால், ஜீன் மெஸ்லியார் பாதிரியார் போன்ற வர்கள் கிறித்துவத்தை விமர்சித்திருக்கிறார்கள். சல்மான் ருஷ்டி, தஸ்லிமா நஸ்ரின் போன்றவர்கள் இஸ்லாத்தை விமர்சனஞ் செய்து வீட்டுச் சிறையில் இருக்கிறார்கள். இவர்களைப்போன்று மனசாட்சி உள்ள நீதி, நேர்மை, நாணயத்தோடு பார்ப்பன ஊடகம் ஏதாவது இருக்கிறதா? (விதிவிலக்கு சின்னக்குத்தூசி, ராமானுஜ தாத்தாச்சாரியார்) பார்ப்பனர் அல்லாதவர்கள் செய்ததைச் சேர்க்க வேண்டாம். இதையெல்லாம் செய்தால் தான் ஆசிரியரே உங்களது கருத்துச் சுதந்திரம், விமர்சன நியாயம் எல்லாம் ஏற்றுக்கொள்ளப்படும்.

இரா. தமிழ்வேள்
மணம் பூண்டி.

கண்ணன் பதில்

காலச்சுவடு ஆசிரியர் குழுவிற்கு விமர்சனத்திற்கு அப்பாலான புனிதங்கள் எதுவும் இல்லை. அதே நேரத்தில் யாரையும் விமர்சிக்கும் கட்டுரைகளை நாங்கள் வேண்டி வெளியிடுவதில்லை. *காலச்சுவடு* ஒவ்வொரு ஆளுமையாக விமர்சித்துத் தனது நடுநிலையை நிரூபிக்க வேண்டிய அவசிய மில்லை. *காலச்சுவடு* இதழின் வாசகர்களுக்கு அதன் இதழியல் பண்புகள் விளங்கும்.

பாரதி, புதுமைப்பித்தன், சுந்தர ராமசாமி ஆகியோரைக் *காலச்சுவடு* எப்போதும் விமர்சனத்திற்கு அப்பால் நிறுத்திய தில்லை. அவர்களைப் பற்றிய விமர்சனங்கள் *காலச்சுவடில்* இயல்பாகவே வெளிவந்துள்ளன. சில உதாரணங்களைக் கீழே பட்டியலிட்டிருக்கிறேன். அதேநேரத்தில் மேற்படி மூன்று ஆளுமைகள் பற்றிய விமர்சனங்களுக்குத் தமிழ்ச் சூழலில் தடை ஏதும் இல்லை. பிற ஊடகங்கள் பிரசுரிக்க மறுக்கும் பார்வைகளுக்கும் *காலச்சுவடு* இடம் அளிக்கிறது. சு.ராவைப் பற்றிய பொருட்படுத்த வேண்டிய விமர்சனங்கள் தமிழில் வந்துள்ளன. ஆனால், சு.ராவைப் பற்றிப் பிரமிள் எழுதியிருப்ப தில் பொய்யும் வெறுப்புமே மேலோங்கி நிற்கின்றன.

பார்ப்பனியம் பற்றிய விமர்சனத்திற்குக் *காலச்சுவடில்* தேடி அலைய வேண்டியதில்லை. பஞ்சமில்லாமல் *காலச்சுவடில்* பிரசுரிக்கப்படக்கூடிய விஷயங்களில் அதுவும் ஒன்று. குறிப் பாக, சங்கராச்சாரியார் கைதை ஒட்டி வெளிவந்த இரண்டு இதழ்களைப் படித்துப் பார்க்கலாம். (*காலச்சுவடு* டிசம்பர் 2004 மற்றும் ஜனவரி 2005).

நவீன தமிழக / இந்திய வரலாற்றில் பிராமணர்கள் அளவு பிற சாதியினர் விமர்சிக்கப்படவில்லை. அதேபோல இந்து மதம் அளவு பிற மதத்தினர் விமர்சிக்கப்படவில்லை. இதற்கு நியாயமான மற்றும் கோட்பாட்டுக் காரணங்கள் உண்டு. இதன் காரணமாகத் தம்மையும் தம் கருத்தியலையும் சுய விமர்சனத்திற்கு உட்படுத்திக்கொண்டவர்கள் இவர்களில் அதிகம். இருப்பினும் இவை விதிவிலக்குகள் தாம். இதுவே விதியாகும்போது சாதி, மத நிறுவனங்கள் சரிந்துவிடும். எல்லாச் சுய விமர்சனக் குரல்களையும் நாம் வரவேற்பதும் மதிப்பதும் ஆக்கபூர்வமானது. *காலச்சுவடில்* வெளிவந்த பாரதி, புதுமைப் பித்தன், சுந்தர ராமசாமி பற்றிய விமர்சனங்களில் நினைவில் இருப்பவற்றைக் கீழே குறிப்பிடுகிறேன்.

1. பாரதி

பாரதியும் மொழியின் எளிமையாக்கமும் (ஆ.இரா. வேங்கடாசலபதி, மார்ச் 1996)

2. புதுமைப்பித்தன்

புதுமைப்பித்தன் x சொ. விருத்தாசலம் (ராஜ் கௌதமன், ஜூலை – செப்டம்பர் 1999)

3. சுந்தர ராமசாமி

: *காற்றில் கலந்த பேரோசை* – எம்.ஏ. நுஃமான் (ஜூலை – செப்டம்பர் 1998), *காற்றில் கலந்த பேரோசை* – *காலச்சுவடு* விமர்சன ஆக்கப் பதிவுகள் (அக்டோபர் – டிசம்பர் 1998)

: *நவீன விமர்சனத்தைப் புரிதல்* – பா. வெங்கடேசன், (*காலச்சுவடு*, ஜூலை – செப்டம்பர் 1997)

அதோடு சு.ராவின் மரணத்தை அடுத்து வெளிவந்த *காலச்சுவடு* இதழ்களில் சு.ரா. பற்றிய விமர்சனங்கள் தவிர்க்கப்படவில்லை.

சென்னையில் ப்ரஸன்னா ராமஸ்வாமி ஏற்பாடு செய்திருந்த சு.ரா. அஞ்சலிக் கூட்டத்தில் அவருடைய நவீனத்துவப் பார்வை பற்றிய விமர்சனத்தை ரவிக்குமார் முன்வைத்தார். அது *காலச்சுவடு* டிசம்பர் 2005 இதழில் பிரசுரிக்கப்பட்டது. மணா *தீராநதி*யின் பொறுப்பில் இருந்தபோது சு.ராவின் கேள்வி – பதில் பகுதி அதில் வெளிவந்தது. (மணா *குமுதத்*தில் இருந்து விலகியவுடன் அப்பகுதி நிறுத்தப்பட்டது. அதன் பின்னர் இறுதிவரை சு.ரா. பற்றிய அவதூறுகள் மட்டுமே *தீராநதி*யில் இடம்பெற்றன.) அதில் நவம்பர் 2002இல் வெளிவந்த கேள்வி – பதிலுக்கு ரவிக்குமார் அழுத்தமான எதிர்வினையாற்றினார். *வாழ்க சந்தேகங்கள்* தொகுதியில் இவ்விவாதம் முழுமையாக இடம்பெற்றுள்ளது. அப்போது ரவிக்குமார் (ஆதவனாக) *காலச்சுவடு* ஆசிரியர் குழுவில் இருந்தார். இது பற்றி ரவிக்குமாருக்குக் *காலச்சுவடு* நிறுவனரான சு.ரா. எழுதிய கடிதம், கருத்துச் சுதந்திரம் பற்றிக் கவலைப்படுபவர்களுக்கும் பிறருக்குப் பாடம் புகட்டுபவர்களுக்கும் ஆனால், அச்சுதந்திரம் தம்மை நோக்கிப் பிரயோகிக்கப்படும்போது பொறுக்க முடியாமல் துடிப்பவர்களுக்கும் பெரிதும் பயன்படக்கூடியது.

> (நான்) சொல்லாத ஒன்றைச் சொன்னதாகக் கூறும் தவறை நீங்கள் இழைக்கவுமில்லை ... எனக்கு மறுப்பு எழுதும்போது உங்களுக்குப் பதற்றம் ஏற்பட்டால்

அது எனக்கு அவமானம். உணர்ச்சி வசப்படுவதையும் செயற்கையாக நீங்கள் கட்டுப்படுத்த வேண்டும் என்ப தில்லை. எழுத்தில் உணர்ச்சிக்கு முக்கியப் பங்கு உண்டு. அது வசையுடன் சம்பந்தப்பட்டது அல்ல. அது தம் கருத்துகளின் மீது ஒருவர் கொண்டிருக்கும் பிடிப்பு என்பது என் எண்ணம்.

சுந்தர ராமசாமி (காலச்சுவடு 91, ஜூலை 2007)

○

இன்மை

அப்பாவின் மரணம் எனக்குப் பேரதிர்ச்சியாக வரவில்லை. ஓரிரு மாதங்களாகவே அமெரிக்காவிலிருந்த அவரை நான் மீண்டும் சந்திக்கப்போவதில்லை என்ற எண்ணம் மனத்தில் ஆழமாகவே ஏற்பட்டுவிட்டது. மருத்துவர்களின் வாக்குறுதி களையே மீறி அவரது உடல்நிலை கீழ்நோக்கிய பாதையில் சென்றுகொண்டிருப்பதாகவே எனக்கு மட்டும் தோன்றிக் கொண்டிருந்தது. அறிவியலின் தீராத ஆற்றல்மீது நான் அதிக நம்பிக்கைகொள்வதில்லை. அப்பாவின் கடைசிகால எழுத்துக் களைப் பார்க்கும்போது இந்த உள்ளுணர்வு அவரிடம் இருந் திருப்பது தெரிகிறது.

சேலத்தில் நடந்த *காலச்சுவடு* கருத்தரங்கத்திற்குச் சென்று விட்டு வியாபார விஷயமாகப் பெங்களூர் போக நேர்ந்தது. ஊர் திரும்பியதும் மனைவி மைதிலியுடனும் மூத்த மகன் சாரங்கனுடனும் என் உள்ளுணர்வை உணர்த்தும் விதத்தில் பேசவேண்டும் என்று நினைத்துக் கொண்டிருந்தேன். இரவு எந்த மாற்றமுமில்லாமல் என் செல்போன்களை அமர்த்தி விடுவது வழக்கம். அன்றிரவு அதைச் செய்யவில்லை. அதிகாலை மூன்றுமணி அளவில் செல்போன் அதிர்ந்தபோது, செய்தி என்ன என்பது பற்றி எனக்கு எந்தச் சந்தேகமும் இருக்கவில்லை. 'இதை மறுக்கும் தர்க்க சாஸ்திரிமீது எனக்குத் துளிகூட மதிப்புக் கிடையாது. இதோ, இதை அடிக்கும் *கணினி*யின் மீது எனக்குள்ள மதிப்புக்கூடக் கிடையாது.'

இதழ் 97, ஜனவரி 2008

6

அபத்தம்

இதழியல் பணியில் சில சாபங்கள் உண்டு. மிகக் கடுமையான முயற்சியின் பயனாக விளைந்திருக்கும் ஒரு இதழைப் பார்க்கத் தொடங்கிய சில மணித்துளிகளில் உறுத்தலான ஒரு பிழை கண்ணில் பட்டுவிடும். அச்சாவ தற்கு முன்னால் ஏன் இப்பிழை கண்ணில் படவில்லை என்பதை விளங்கிக்கொள்ள முடியாது. இத்தகைய ஒரு உறுத்தல் இல்லாமல் எந்தக் காலச்சுவடு இதழையும் ருசித்ததாக நினைவில் இல்லை. இத்தகைய சில பிழை கள் தவிர்க்க முடியாதவை என மனசாந்தி அடையலாம். பிழைதிருத்தம் வெளியிட்டு அமைதி கொள்ளலாம்.

கடந்த *காலச்சுவடு* இதழில் ஏற்பட்ட ஒரு பிழை மிகுந்த அவமானத்தைத் தந்தது. நீல. பத்மநாபன் அவர்கள் சாகித்திய அகாதமி விருது பெற்றதற்கான வாழ்த்துக் குறிப்பில் இடம்பெற்ற புகைப்படம் மலையாளக் கவிஞர் ஐயப்பப் பணிக்கருடையது. ஆதிமூலம் அஞ்சலிக் கூட்டத் திற்காகச் சென்னை சென்றிருந்த அன்று, முதல் பிரதி அச்சகத்திலிருந்து கையில் கிடைத்தது. சில நிமிடங்களில் கண்ணில்பட்ட இந்தப் பிழை மரண அடிபோல மனத்தில் இறங்கியது. பிழை ஏற்பட்ட விதத்தை விசாரித்து விளங்கிக் கொண்டேன் என்றாலும் அதைப் பேசுவதில் பயன் இல்லை. தமிழின் மூத்த படைப்பாளியின் புகைப்படம் *காலச்சுவடு* போன்ற ஒரு இதழில் பிழையாக வெளிவரு வதை மன்னிக்க முடியாது.

வாசகர்களிடமும் நீல. பத்மநாபன் அவர்களிடமும் மன்னிக்க முடியாத பிழைக்காக மன்னிப்புக் கேட்டுக் கொள்கிறேன்.

○

வலது கரம்

'நெய்தல்' கூட்டம் ஒன்றில் நண்பர் முருகனைச் சந்தித்தேன். முதல் சந்திப்பிலேயே இரண்டு விஷயங்கள் தெளிவுறத் தெரிந்தன. முகத்தில் எப்போதும் இன்முக பாவமும் போதையின் சாயலும். இலக்கிய வாசிப்பு அப்போதுதான் தொடங்கியிருந்தது. நுட்பமான வாசிப்பு. பின்னர் 'நெய்தல்' கிருஷ்ணனின் இலக்கிய மற்றும் அல் – இலக்கிய நடவடிக்கைகளில் முருகன் எப்போதும் உடன் இருந்ததால் அடிக்கடி சந்தித்தோம். கிருஷ்ணனின் வலது கரம் என்பது முருகனுக்கு நண்பர்கள் மத்தியில் செல்ல அடையாளம். என்மீது முருகன் மிகுந்த பிரியம்கொண்டிருந்ததற்கான காரணத்தைக் கிருஷ்ணன் இன்றுவரை எனக்கு விளக்கவில்லை.

பல ஆண்டுக் கஞ்சாப் பழக்கம் உடலைப் பெருமளவிற்குச் சீரழித்திருந்தது. திருமணம் செய்துகொள்ள மனசாட்சி இடம் தரவில்லை. நான் சந்தித்த காலகட்டத்தில் கஞ்சா நின்றுபோய் குடி உச்சத்தில் இருந்தது.

கோட்டாரில் அரிசி மில்லில் வேலை. நல்ல திறமை, நேர்மை. அரிசி கொள்முதலுக்கு முதலாளி நம்பிக்கையோடு அனுப்பும் நபர். செலவுக் கணக்கில் போக்குவரத்துச் செலவு, உணவு இத்தியாதியுடன் ஒரு குவாட்டர் பிராண்டியும் இருக்கும். வன்மத்தையும் வக்கிரத்தையும் சமூகத்தின் மீது துப்புவதற்கான முகாந்திரமாகக் குடி முருகனுக்கு இருக்கவில்லை.

மரணத்திற்கு ஒரு வாரத்திற்கு முன்னர் கிருஷ்ணனைச் சந்தித்த முருகன் விரைவில் இறந்துவிடுவேன் எனக் கூறித் தன் வாழ்வின் கோலத்தை மிகுந்த துக்கத்தோடு பகிர்ந்துகொண்டிருக்கிறார். மரணமடைந்த அன்று காலை தாயாரிடம் தன் நெற்றியில் திருநீறு பூசி பூஜை அறையில் கிடத்திவிடும்படி கேட்டிருக்கிறார். இதையெல்லாம் வாழும் காலத்தில் புரிந்து கொள்ள முடியும் என்று தோன்றவில்லை.

காலக் கனவு

மதுரையில் அ. மங்கை, வ. கீதா இணைந்து உருவாக்கியிருந்த 'காலக் கனவு' நாடகத்தைப் பார்க்கும் சந்தர்ப்பம் அமைந்தது. மதுரையில் நாடக நிகழ்விற்கு நண்பர் தேவேந்திரபூபதியின் 'கடவு' அமைப்பு ஒழுங்கு செய்திருந்தது. அதில் ஒரு பாத்திரத்தை ஏற்றிருந்த பிரேமா ரேவதி என்னை அழைத்தது மதுரை செல்வதற்

கான தூண்டுதலாக இருந்தது (பூபதி என்னை ஒரு நிகழ்ச்சிக்கும் அழைப்பதில்லை!). சென்றதற்கான இன்னொரு காரணம் நண்பர் சுரேஷ் குமார இந்திரஜித் அறுவைச் சிகிச்சைக்குப் பிறகு ஓய்வில் இருக்கும் நிலையில் பார்த்து விசாரிக்க வேண்டும் என்ற எண்ணம். முன்னறிவிப்பு இல்லாமல் மதுரை விஜயம். முதல் தொலைபேசி அழைப்பு, நண்பர் படுக்கையில் இல்லை; அலுவலகம் மீண்டுவிட்டார் என்பதை அறியத்தந்தது. நண்பர் மீண்டுவிட்டதில் மகிழ்ச்சிதான் என்றாலும், கொஞ்சம் ஏமாற்ற மாகவும் இருந்தது. அன்று காலை நான் பங்கேற்கவேண்டிய ஒரு தனிப்பட்ட நாடகம் ரத்து செய்யப்பட்டுவிட்டது போல!

நவீன நாடகங்கள் பத்துப் பதினைந்து பார்த்திருப்பேன். 'காலக் கனவு' நிகழ்வை மிகுந்த ஈர்ப்புடன் பார்க்கமுடிந்தது. எனக்குப் பலப்பல புதிய செய்திகள். 'கற்பாபிமானம்' என்ற பெரியாரின் தொடர் மிகுந்த உற்சாகத்தை அளித்தது. அவரது பெயர் சொல்லி இயங்கும் பல சமகாலப் பண்பாட்டுப் பழமை வாதிகளை விளங்கிக்கொள்ள அவரே ஒரு கருவியைத் தந்தது போல. பாரதிக்கு முன்னும் பின்னும் நகர்ந்து தமிழ்ப்பெண் ணின் விடுதலைக்கான குரல்களையும் செயல்பாடுகளையும் அந்நிகழ்வு அரங்கேற்றியது. அப்போராட்டத்தின் வரலாற்றை மீட்டுக்கொள்வது இந்நிகழ்வின் ஒரு நோக்கமாக இருந்திருக்கலாம்.

பிரதியைத் தயாரித்திருந்த வ. கீதா தேசிய, திராவிட, இடதுசாரி இயக்கங்கள், கிறிஸ்தவம், இலக்கிய முயற்சிகள் ஆகியவற்றைத் தேர்ந்தெடுத்து நடுநிலையோடு தொகுத்திருப்ப தான உணர்வு ஏற்பட்டது. அ. மங்கையின் இயக்கத்தில் நாடகம் தியேட்டருக்கான சாத்தியங்களைக்கொண்டிருந்ததா என்பது பற்றிய விவாதம் பின்னர் அறையில் எழுந்தது. ஒரு 'வாசிப்பு', 'நிகழ்த்துதல்' என்ற அளவில் நல்ல முயற்சி என்பதே பொதுக் கருத்தாக இருந்தது.

பங்கெடுத்த பெண்கள் எல்லோருமே நாடகப் பிரதியின் கருத்தியலோடு மனம் ஒன்றியவர்கள் என்பதால் நிகழ்த்துதல் இயல்பாகவும் உற்சாகமாகவும் இருந்தது.

நாடகப் பிரதி நூலாக வரவேண்டியது அவசியம்.

○

பேநசீரின் படுகொலை

பேநசீரின் படுகொலை அவருக்கு ஒரு நாயகி அந்தஸ்தை ஏற்படுத்தியுள்ளது. அடுத்த டயானா கிடைத்துவிட்ட ஆர்வத் துடன் ஊடகங்கள் சடலத்தை மொய்க்கும் ஈ போலக் கள மிறங்கின. பேநசீர் நாயகிதான். ஆணாதிக்கம் கொடிகட்டிப்

பறக்கும் ஒரு சமூகத்தில் அவரது செயல்பாடுகள் பீதியைக் கிளப்பின. அவரைக் கொலைசெய்வதைத் தவிர வேறுவழியில்லை என்ற நிலையை தாலிபான் மூர்க்கர்களுக்கு அவரது பெண்மை ஏற்படுத்தியது. பல்வேறு சமரசங்களைச் செய்துகொண்ட பேநசீர் ஆணாதிக்கத்திற்கு அடங்கவில்லை. ஆனால், பாகிஸ்தானிய நிலப்பிரபுத்துவ சமூகத்தின் ஆணாதிக்கப் பிரதிநிதி போன்றிருக்கும் ஜர்தாரி என்ற கிரிமினல் முட்டாளை அவர் திருமணம் செய்துகொண்டது பெரும் முரண்பாடு.

இந்திரா காந்தி படுகொலைக்குப் பின்னர் ராஜீவ் காந்தி உதிர்த்த, 'பெரு மரம் வீழும்போது பூமி அதிரும்' என்ற வாக்கியம் போலக் கடந்த நூற்றாண்டில் இன்னொரு வாக்கியம் தெற்காசியாவில் கண்டனத்திற்கு உள்ளாகியிருக்குமா என்பது சந்தேகமே. ராஜீவின் மரணத்திற்குப் பின்னும் அவரது ஆத்மா அந்த வாக்கியத்தைச் சிலுவையாகச் சுமந்துகொண்டிருக்கிறது. பேநசீரின் படுகொலைக்குப் பின்னர் ஏற்பட்ட வன்முறையை நியாயப்படுத்தி, இந்திரா காந்தியின் மரணத்தை நினைவு கூர்ந்து, அதே வாக்கியத்தை உலக ஊடகங்களின் முன் உதிர்த்தார் ஜர்தாரி. அவரைக் கிரிமினல் முட்டாள் என்றதன் சான்று இது.

பேநசீரின் மரணம் பாகிஸ்தானில் ஜனநாயகத்திற்கு விழுந்த பேரடியாகப் பார்க்கப்படுகிறது. இது மிகை. பேநசீர் ஜனநாயக உணர்வுக்குப் பெயர்போனவர் அல்ல, ஊழலுக்குப் பெயர் போனவர். (அவரது கணவரின் பட்டப்பெயர் திருவாளர் 10 சதவீதம்). உலக அளவில் இதுவரை ஆட்சிக்கு வந்த பெண்கள் ஜனநாயகவாதிகளாக இருந்தது அரிது என்பது ஆழ்ந்து பரிசீலிக்கப்படவேண்டிய செய்தி. அதிகாரத்திற்கு வந்ததும் தாங்கள் 'பெண்மை'க் குணம் உடையவர்கள் அல்ல, இரும்புக் கரம் கொண்டவர்கள் என நிறுவுவதே அவர்களின் முதல் பணியாக உள்ளது.

கடந்த ஆண்டு பாகிஸ்தானில் முஷாரப்பிற்கு எதிராக உருவான ஜனநாயக இயக்கத்திற்கும் பேநசீருக்கும் எந்தத் தொடர்பும் இல்லை. பர்மாவில் டோ அவுன் சான் சுஜீ *(Daw Aung San Suukgi)*யை முன்னிறுத்தி நடக்கும் இயக்கம் போல பாகிஸ்தானில் ஜனநாயக இயக்கம் பேநசீரையோ வேறு எந்த அரசியல் தலைவரையோ முன்னிறுத்தி நடைபெறவில்லை. காரணம், அனைத்துத் தலைவர்களுமே பாகிஸ்தான் மக்கள் பார்வையில் கறைபடிந்தவர்கள். ஜனநாயக இயக்கம் மாணவர்கள், வழக்கறிஞர்கள் ஆகியோரால் உச்ச நீதிமன்ற நீதிபதி இஃப்திகார் முகமது சௌத்ரியை முன்னிறுத்தி நடந்தது.

பேநசீர் பாகிஸ்தான் திரும்பியதும் உலகக் கவனம் முழுவதும் அவர் பக்கம் குவிய ஜனநாயக இயக்கம் தடம்புரண்டது. அதன் அடையாளமான இஃப்திகார் முகமது சௌத்ரியை முஷாரப் சட்டவிரோதமாகத் தலைமை நீதிபதி பதவியிலிருந்து பணிநீக்கம் செய்தபோது அதை பேநசீர் கண்டிக்கக்கூட இல்லை.

பேநசீரின் மரணத்தால் சாதகம் பெற்றது முஷாரப்பும் தாலிபான்களும். பேநசீருக்குப் பிறகு முஷாரப்பிற்கு மாற்றுத் தேசியத் தலைமை இப்போதைக்கு இல்லை. தாலிபான்களுக்கும் அவர்களுக்கு எதிரான பெரும் குரல் ஒடுங்கிவிட்டது. இழந்தது ஜனநாயக இயக்கம். ஏனெனில், அவர் மரணத்தோடு அவ்வியக்கமும் தளர்ந்துவிட்டது. ஆனால், பேநசீரின் மரணம் ஜனநாயக இயக்கத்திற்கு முடிவுகட்டிவிடாது. தேர்தலுக்குப் பின்னர் அது வேகம்பெறும். பெறவேண்டும். ஏனெனில், தேர்தல் முடிவுகள் முஷாரப்பிற்கு எதிராக இருந்தாலும் சுதந்திரத்திற்குப் பின்னர் பாகிஸ்தானைக் கட்டுப்படுத்தி வரும் ராணுவத்திடமே அசலான அதிகாரம் தொடர்ந்து இருக்கும். அந்நிலையை ஒரு பரந்துபட்ட மக்கள் இயக்கம்தான் மாற்றி அமைக்க முடியும்.

இதழ் 99, மார்ச் 2008

7

முகுந்தனின் பங்களிப்பு

எனது 'இரண்டாம் வருகை' (*காலச்சுவடு*, 100) கட்டுரைக்கு இப்படி ஒரு எதிர்வினை ஏற்படும் என்று சுத்தமாக எதிர்பார்க்கவில்லை. அக்கட்டுரையில் குடும்ப உறுப்பினர்களின் பெயர்கள் இடம்பெற்றிருப்பது எனது இரண்டாவது மகன் முகுந்தன் கவனத்திற்கு வந்திருக் கிறது. சாரங்கன் பற்றிய பகுதிகளைப் படிக்கக் கேட்ட அவன், தன்னைப் பற்றி எங்கே எழுதப்பட்டிருக்கிறது என்ற நியாயமான கேள்வியை முன்வைத்தான். மைதிலி சுயமாக முகுந்தனைப் பற்றிய சில வரிகளை இடைச் செருகலாகச் சேர்த்தபோது, அவ்வரிகளைக் காட்டும்படி கேட்டிருக்கிறான். உண்மை அம்பலப்பட்டதும் கோபம், அழுகை, வெளிநடப்பு.

காலச்சுவடுக்கு முகுந்தனின் பங்களிப்பு விபரங் களைச் சரித்திரத்தின் முன் பதிவு செய்யக் கடமைப்பட் டிருக்கிறேன். முகுந்தன் என் மேசையில் விளையாடும் போது *காலச்சுவடுக்கு* வரும் படைப்புகளைக் கிழித்தது இல்லை. மேசையில் ஒருபோதும் சிறுநீர் கழித்தது இல்லவே இல்லை. கவிதைக் கைப்படிகளில் மேல், கீழ், பக்கவாட் டில் இருக்கும் இடைவெளிகளில் படம் வரைந்ததே இல்லை. வீட்டிற்கு வரும் நண்பர்களை, ஆறு வயதிற்குப் பிறகு, சாக்லெட் கேட்டுக் கடைக்கு விரட்டியது இல்லை.

காலச்சுவடுக்கு வரும் போன்களை அவன் எடுத்து விட்டால் பொறுமையாகவும் தெளிவாகவும் கண்பட்டு விடும்படி அழகாகவும் பதில் சொல்லுவது உண்டு.

காலச்சுவடு அலுவலகத்திலிருந்து அன்றாடம் காணாமல்போகும் பென்சில், ரப்பர்களுக்கு முகுந்தன் பொறுப்பாளி அல்ல.

மஞ்சள் பெயிண்ட் மர்மம்

மதுரையிலிருந்து தஞ்சைக்கு ரயில் ஏற வேண்டும். இது நாங்கள் மதுரை ஜங்ஷனில் நிற்பதன் நோக்கம். மானாமதுரையில் ஒரு ரயில் பாதையைத் தொடங்கிவைப்பதற்காக லல்லு பிரசாத் யாதவ் வருவது பற்றி நாங்கள் அலட்டிக்கொள்ளக் காரணமில்லை. அவர்தான் மதுரைக்கு வருவதாக இல்லையே.

தஞ்சை ரயில் வந்தது. நல்ல கூட்டம். அவசரமாக ஏறியாயிற்று. கைப்பிடியிலிருந்து ஏதோ பிசுக்கென்று ஒட்டிக்கொண்டது. மஞ்சள் சாயம். இரண்டு கைகளும் விரல்கள் விரிந்து அந்தரத்தில் நின்றன. கவனமாக இருக்கையில் அமர்ந்தேன். நிமிர்ந்த போதுதான் பெட்டி நிறைய கைவிரித்து நீட்டிப் பிடித்திருக்கும் பயணிகளைப் பார்த்தேன்.

கையிலிருந்த செய்தித்தாளைக் கிழித்துத் துடைத்துக் கொண்டேன். பலர் துடைக்க எதையாவது தேடிக்கொண்டிருந்தார்கள். கை கழுவுவது பயன் தரவில்லை. மஞ்சள், வெள்ளைச் சட்டைகளில் வேட்டிகளில் தலைமுடியில் தொத்திக்கொண்டது.

நமது அதிகார வர்க்கம்போலத் திமிரும் பணிவும் பதற்றமும் சுரணை கெட்டத்தனமும் இளிப்பும் வன்முக பாவமும் குழைவும் தெனாவட்டும் ஒருங்கே இணையப் பெற்றவர்களைப் பார்ப்பது அரிது. பெரும் அதிகாரத்தின் வருகை இவர்களைச் சொல்லவொண்ணாப் பதற்றத்திற்கு ஆட்படுத்துகிறது. ஊழலும் திறனற்ற செயல்முறைகளும் துருப்பிடித்த உள்ளீடுகளும் பளபளப்பான தற்காலிகமான மேற்பூச்சால் மூடிமறைக்கப்படுகின்றன. இது நமக்குப் பள்ளிக்காலத்திலேயே பழக்கப்படுத்தப் படுகிறது. உரிய முன்னறிவிப்புக் கொடுத்துவிட்டுப் பள்ளிக்கு ஆய்வுசெய்ய வரும் கல்வி ஆய்வாளருக்காக நோட்டுப் புத்தகங்களுக்கு அட்டை போட்டு, சீருடையைச் சிறப்பாக அணிந்து, ஒருநாளும் போடாத ஷூ போட்டு, டைகட்டி, பள்ளியைச் சுத்தம்செய்து, கரும்பலகைக்குக் கறுப்படித்து, ஒருநாள் மினுமினுப்பாக நம்மையும் சூழலையும் தயார்படுத்திக்கொள்கிறோம். பிற்காலத்தில் அமைச்சர் வரும்போது அவசரமாக ரோட்டிற்குக் கறுப்படித்து, வெள்ளைக் குறிகள் வரைந்து, போக்குவரத்தை ஒழுங்குபடுத்தி, பொதுமக்களைத் துன்புறுத்தி ஊரைத் தயார்செய்ய அது முன்பயிற்சியாக அமைகிறது.

மதுரை வட்டத்திற்கு வரும் ரயில்களுக்குக் கைப்பிடியில் மஞ்சள் பூசியது இந்த மனோபாவத்தின் தொடர்ச்சி. காயாத வண்ணப் பூச்சு லல்லு தில்லி மீள்வதற்குள் அழிந்திருக்கும். சில லட்சங்கள் செலவுசெய்யப்பட்டிருக்கலாம். ஆயிரக்கணக்

கான பயணிகளுக்குத் துன்பம். யாரும் யாருக்கும் பதில் சொல்லப்போவதும் இல்லை; வருத்தம் தெரிவிக்கப்போவதும் இல்லை. ஆனால், நமது ஊடகங்களுக்கு இது செய்தி அல்ல. மதுரையைக் கட்டி ஆளும் 'ரோமாபுரி ராஜா' அழகிரி கையில் பெயிண்ட் ஒட்டினால் அது செய்தி.

வழங்கப்படும் அடையாளங்கள்

என்னைப் பற்றிய மூன்று விஷயங்கள் மனத்தில் விடையின்றி நின்றன. குடும்பத்திலும் சுற்றத்திலும் இவை பற்றிய கேள்விகள் எழும்போது நான் ஏதேதோ காரணங்கள் சொல்லித் தப்பித்துக்கொள்வதுண்டு. அவை சரியான விடைகள் அல்ல என்பது எனக்குத் தெரியும். சரியான விடை கையகப்படவில்லை.

1. எனக்கு ஜனநாயகத்தில் மிகுந்த நம்பிக்கை உண்டு. ஆனால், ஓட்டுப்போடுவதைத் தட்டிக்கழிக்கும் மனநிலையும் உண்டு. நெருக்கடியாக நான் உணர்ந்த மிகச் சில சந்தர்ப்பங்கள் நீங்கலாக, நான் பொதுவாக ஓட்டளிப்பதில்லை.
2. தொலைக்காட்சி விளம்பரங்களை என்னால் பார்க்க முடியாது. விளம்பரங்கள் வரும்போது சானல்களுக்கிடையில் குதித்தாடத் தொடங்கிவிடுவேன். இதனால் குடும்பத்தில் பிரச்சினை.
3. என்னால் ஷாப்பிங் போக முடியாது. நெருக்கடி கழுத்தைப் பிடிக்காதவரை நான் ஷாப்பிங் போவதில்லை. அப்போதும் அசௌகரியமாக எல்லைக் கோட்டை நோக்கி ஓடுவதுபோலச் செய்து முடிப்பதுண்டு. ஒன்றைத் தேர்வு செய்ய எனக்கு 30 நொடிகள் முதல் அதிகபட்சம் இரண்டு நிமிடங்கள்வரை பிடிக்கும்.

ஒன்றைப் படித்துக்கொண்டிருக்கும்போது பொறி தட்டியதைப்போல வேறு ஒன்றிற்கு விடை கிடைக்கும் அனுபவம் உங்களுக்கும் ஏற்பட்டிருக்கும். மேற்படி மூன்று விஷயங்கள் பற்றிய ஒரு தெளிவு நியூயார்க்கர் இதழில் ஒரு கட்டுரை படித்துக்கொண்டிருந்தபோது மனத்தில் திரண்டது. படித்து நீண்ட நாள்களாகிவிட்டதால் அக்கட்டுரை பற்றிய மேல் விவரத்தை இப்போது தரமுடியவில்லை.

சமூகம் நமக்கு மூன்று அடையாளங்களை விரும்பி வழங்குகிறது. இந்த மூன்றும் நீங்கலாகப் பிற எல்லா அடையாளங்களும் நமது பிறப்பின் அடிப்படையிலோ, உழைப்பின் அடிப்படையிலோ நாம் பெற்றிருப்பவை.

அந்த அடையாளங்கள்:

1. பார்வையாளர்
2. நுகர்வோர்
3. வாக்காளர்

'பார்வையாளர்' என்பது இங்கு மீடியா பார்வையாளரைக் குறிக்கிறது. இதில் உங்கள் மதிப்பு நீங்கள் நல்ல நிகழ்ச்சிகளைப் பார்ப்பவரா, நல்ல இசையைக் கேட்டு ரசிப்பவரா என்பதல்ல. நீங்கள் விளம்பரப் பார்வையாளரா என்பதுதான் முக்கியம். விளம்பரத்தை நம்புகிறவரா, அதனால் எளிதில் தூண்டப்படு கிறவரா என்பது முக்கியம். விளம்பரத்தால் தூண்டப்பட்டால் உங்களுக்குச் சந்தையில் அந்தப் பொருளை வாங்கும் பண வசதி உண்டா என்பது முக்கியம். *TRP (Television Rating Points)* என்கிற கணக்கீடுதான் ஒரு நிகழ்ச்சிக்குக் கிடைக்கும் விளம்பரங் களின் எண்ணிக்கையையும் தொகையையும் முடிவுசெய்யப் பயன்படுத்தப்படுகிறது. இதைத் தேர்ந்தெடுத்த சில தொலைக் காட்சிப் பெட்டிகளில் பொருத்தப்படும் கருவி வழி அளவீடு செய்கிறார்கள். இவை சிறுநகர, கிராமப்புற வீடுகளில் பொருத்தப் படமாட்டாது. நகர்ப்புறங்களில் குப்பங்களிலும் தொலைக் காட்சி இருக்கிறது என்றாலும் *TRP* கருவி அவற்றில் பொருத்தப் படமாட்டாது. இப்போது இலவசத் தொலைக்காட்சி பெறுபவர் கள் வீடுகளிலும் இது பொருத்தப்படும் வாய்ப்பு இல்லை. இவர்களெல்லாம் மதிப்பிற்குரிய பார்வையாளர்கள் அல்ல. விளம்பரத்தைப் பார்த்து ஆசைப்பட்டு உடனடியாக நுகர்பவ ராகச் சந்தைக்குச் செல்பவர்தான், அதற்கான பண வசதி கொண்டவர்தான், மதிப்புவாய்ந்த பார்வையாளர். அத்தகை யோர் வீட்டுத் தொலைக்காட்சிப் பெட்டியில் *TRP* கருவி பொருத்தப்படும். மீடியா விளம்பரங்களைப் பார்க்காதவர் களுக்கு மதிப்பு இல்லை.

வணிக மதிப்பீடுகள் நமக்கு மனமுவந்து வழங்கும் அடை யாளம் நுகர்வோர் என்பது. மார்க்கெட்டிற்குச் சென்று பொருள் களை வாங்கும் ஒருவருக்கு இந்த அடையாளம் வழங்கப்படுகிறது. இதனால் சில உரிமைகளும் கிடைக்கின்றன. இங்கு நம் பிறப்பு சார்ந்த அடையாளங்கள் எதுவும் பொருட்படுத்தப்படுவதில்லை. நம் உழைப்பு சார்ந்து பெறப்பட்ட அடையாளங்களுக்கும் மதிப்பில்லை. நம்மிடம் உள்ள வாங்கும் சக்திக்கும் நாட்டத் திற்கும் மட்டுமே கணிசமான மதிப்பு உண்டு. தமது உரிமை கள் அறிந்து, தமது தேவை அறிந்து, தேர்ந்தெடுத்து வாங்கும் நுகர்வோரைவிடப் பேராசையில் வாங்குவோருக்கே அதிக

மதிப்பு. மது, புகையிலை போன்றே பொருள்களை வாங்குவதும் கூட பலருக்கும் ஒரு அடிமைப் பழக்கமாக, 'அடிக்ஷனாக'வே உள்ளது.

நமது ஜனநாயக அரசியல் அமைப்பு நமக்கு விரும்பி வழங்கும் அடையாளம் வாக்காளர் என்பது. வாக்களிப்பது நமது ஜனநாயகக் கடமையாக வலியுறுத்தப்படுகிறது. நாம் ஒரு வாக்காளர் என்பதால் அரசியல் கட்சிகள் நம்மை மதிக் கின்றன. ஒவ்வொரு வாக்காளருக்கும் தனது மதிப்பைத் தெரியப் படுத்தும் விதமாகப் பல்வேறு சாதனங்களை இலவசமாக அளிக்கின்றன. பக்கெட், செருப்பு, வேட்டி, சாராயம், சேலை, பணம் என வழங்கி நமது மதிப்பை உறுதிப்படுத்துகின்றன. இங்கு சிந்தித்து வாக்களிப்பவரைவிட மந்தையாக வாக்களிப் பவர்களுக்கே அதிக மதிப்பு.

இந்த மூன்று அடையாளங்களும் நமக்கு விமர்சனம் அற்ற மதிப்பை வழங்குபவை. இவற்றை அணிந்து கொள்வதால் நமக்கு எந்த ஆபத்தும் இல்லை. இந்த மூன்று அடையாளங்கள் மட்டுமே கொண்ட மனிதர்களாக நம்மை மாற்றுவதுதான் உலகமயமாதல் என்கிற பெருந்திட்டத்தின் இறுதி லட்சியம்.

ரசனை, ருசி, விமர்சனப் பார்வை, விழிப்புணர்வு, சமூகப் பொறுப்பு, அரசியல் உணர்வு, கலையுணர்வு போன்றவற்றை வளர்த்துக்கொள்வதே சமூகத்தில் நம்மைத் தகுதிகொண்ட மனிதர்களாக்குகிறது. மேற்படி அடையாளங்கள் நமது தகுதி களை வளர்த்துக்கொள்ள நம்மைத் தூண்டுவதில்லை. மொண்ணையான மனிதனையே அவை விரும்புகின்றன.

மேற்படி அடையாளங்களை நாம் புறக்கணிக்க முடியாது. ஆனால், ஆற்றோட்டம் அதன் திசையில் நம்மை அடித்துச் செல்வதுபோல இந்த அடையாளங்கள் நம்மை இழுத்துச்செல்ல நாம் அனுமதிக்கக் கூடாது. ஒரு குடிமகனாக நமது செயல் பாடுகள் எதிர்நீச்சல் போடுவதாக இருக்க வேண்டும். அறம், விழிப்புணர்வு, பணிய மறுக்கும் செயல்பாடு ஆகியனவே சமூக மனிதனாக நம்மைத் தகுதிப்படுத்தும் விழுமியங்கள்.

தேசிய நாடகப் பள்ளி, காலச்சுவடு அறக்கட்டளை, தெ.தி. இந்துக் கல்லூரி இணைந்து நடத்திய நாடகப் பயிற்சிப் பட்டறையில் பங்குபெற்ற மாணவர்களுடன் 10.12.07 அன்று நடத்திய உரையாடலின் விரிவுபடுத்தப்பட்ட வடிவம்.

இதழ் 102, ஜூன் 2008

8

மாற்றுப் பதிப்பகம்: நாய் விற்ற காசு குரைக்குமா?

மாற்று என்ற சொல் ஆங்கிலத்தின் *Alternative* என்பதன் தமிழாக்கம்; பிரதானமான போக்கிற்கு மாற்று என்பது பொருள். தமிழில் இன்றைய காலகட்டத்தில் பிரதானமான போக்கு அல்லது மையப்போக்கு என்பது லாப நோக்கம்கொண்டது. லாப நோக்கம்கொள்வது பிழை அல்ல. லாபம் வளர்ச்சிக்குத் தேவையானது. லாபம் இன்றி எழுத்தாளனுக்குக் காப்புரிமை வழங்க முடியாது. ஆனால் மையப்போக்கு லாப நோக்கத்தை மட்டுமே கொண்டது. பண்பாடு விளைச்சல் பற்றி அது கவலை கொள்வதில்லை. மொழி பற்றிய அக்கறை அதற்கு இல்லை. மதிப்பீடுகள் இல்லை. செயல்பாட்டில் ஒரு செம்மை இருப்பதில்லை. தயாரிப்பில் கவனம் இருப்பதில்லை. உலகப் பதிப்பகச் சூழல் பற்றிய விழிப்புணர்வு அதனிடம் இல்லை.

தமிழ் வாசகன் பற்றிய இந்த மையப்போக்கின் கணிப்பு மட்டமானது. வாசகனுக்குப் பிழையான மொழி பற்றிய அக்கறை இல்லை என்பது அதன் கணிப்பு. மோசமான தயாரிப்பு போதுமானது, மொழிபெயர்க்கும் போது பிழை மலிந்திருப்பினும் குற்றமில்லை என பல அனுமானங்கள். வணிகப் போக்கின் அக்கறையின்மைக்கு வணிகக் காரணமும் உண்டு. ஒரு நூலின்மீது கொள்ளும் அதிகப்படியான கவனம் செலவுகளை ஏற்படுத்தி லாபத்தின் விகிதத்தைக் குறைத்துவிடும். மேலும் நூல்களின் தயாரிப்பு வேகத்தைக் குறைத்து, ஆண்டின் மொத்த உற்பத்தியை அது மட்டுப்படுத்திவிடும்.

மாற்றுப் பதிப்பகத்திற்குப் பல பண்புகள் அவசியமானவை. எழுத்தாளனுக்கு மரியாதை. அவனுடைய உழைப்பிற்கு மரியாதை. அவனுடைய படைப்பாற்றலுக்கு மரியாதை. மொழி பற்றிய ஆழ்ந்த அக்கறை. தமிழகப் பதிப்பகச் சூழலின் இன்மைகள் பற்றிய கவலை. அதை

நிறைசெய்வது பற்றிய கவனம், ஆர்வம். மாற்றுப் பதிப்பாளருக்குப் புத்தகம் ஒரு பண்டம் அல்ல. அச்சடித்த பக்கங்களின் தொகுப்பு அல்ல. ஒவ்வொரு நூலும் ஒரு படைப்பு. இந்தப் படைப்பின் உருவாக்கம் பற்றி உங்களுடன் பகிர்ந்துகொள்ளலாம் என்று நினைக்கிறேன்.

அதற்கு முன்னர் என்னுடைய பார்வையில் தமிழ்ச் சூழலில் எது மாற்றுப் பதிப்பகம் என்பதைப் பகிர்ந்துகொள்ள வேண்டும். மாற்றுப் பதிப்பகத்தின் மதிப்பீடுகளாக இருக்க வேண்டியவை ...

1. மாற்றுப் பதிப்பகம் எழுத்தாளனிடம் பண உதவி பெற்று நூல் வெளியிடக் கூடாது. இரண்டு காரணங்கள். ஒன்று: மாற்றுப் பதிப்பகத்தின் நோக்கம் தமிழ்ப் பண்பாட்டிற்குப் பங்களிப்பது. தமிழ் இலக்கியப் பண்பாடு மேன்மைபெற முதல் தேவை தம் எழுத்தில் வாழும் எழுத்தாளர்களின் உருவாக்கம். எழுத்தாளனைச் சுரண்டி நூல் வெளியிடுவது இதற்கு நேர்மாறானது. இரண்டு: மாற்றுப் பதிப்பகத்திற்குத் தான் வெளியிட விரும்பும் நூல் பற்றிய கறாரான பார்வை தேவை. தமிழ்ப் பண்பாட்டில் தான் ஏற்படுத்த விரும்பும் தாக்கம் என்ன என்ற அடிப்படையில் அந்தப் பார்வை அமைய வேண்டும். பணம் வாங்கி நூல் வெளியிடும்போது இந்தப் பார்வையைச் செயல்படுத்த முடியாது.

2. மாற்றுப் பதிப்பகம் வெகுஜனப் பண்பாட்டு நுகர்வுக்கான நூல்களை வெளியிடுவதாக அமையக்கூடாது. இந்தப் பார்வை வெகுஜனப் பண்பாடு பற்றிய அசூயையிலிருந்து பிறப்பது அல்ல. தமிழின் மையப்போக்கு என்பது வெகுஜன நுகர்வுக்கான நூல்களை வெளியிடுவதுதான். அந்தப் போக்கோடு போட்டியிடுவது மாற்றுப் பதிப்பகத்தின் பணி அல்ல. இதன் பொருள் மாற்றுப் பதிப்பகத்திற்கு மையப்போக்கோடு உறவு இல்லை என்பதும் அல்ல. எந்த ஒரு மாற்றுச் செயல்பாடும் வெற்றிகரமான சூத்திரமாகும்போது மையப்போக்கால் அபகரித்துக் கொள்ளப்படும். மையப் பண்பாட்டின் மீது தாக்கத்தை ஏற்படுத்துவது மாற்றுப் பண்பாட்டின் வெற்றி. வெகுஜனப் பயன்பாட்டிற்கான நூல்களை வெளியிடுவதன்வழி அந்தத் தாக்கத்தை ஏற்படுத்த முடியாது. பின்நவீனத்துவத்தின் வருகைக்குப் பிறகு தமிழ்ச் சூழலில் ஏற்பட்டிருக்கும் வெகுஜனப் பண்பாடு பற்றிய மயக்கங்கள் மாற்றுப் பதிப்பாளருக்குத் தேவையில்லை. வெகுஜனப் பண்பாட்டையும் நசிவுப் பண்பாட்டையும் பிரித்துப் பார்க்க வேண்டியது மிக அவசியம்.

3. மாற்றுப் பதிப்பகத்தின் தேர்வுகளில் ஒரு பார்வை வெளிப் பட வேண்டும். அந்தத் தேர்வுகள் எவ்வளவு பரந்து பட்டவையாக, பன்முகப்பட்டவையாக இருப்பினும், அதன் புத்தகப் பட்டியலில் ஒரு இசைவு வெளிப்பட வேண்டும். முன்னர் அரசு கால்நடை மருத்துவமனை யில் ஒரு களம் இருக்கும். மாடுகளைக் கட்டிப்போட ஒரு பக்கம் மட்டும் திறந்திருக்கும் ஒரு கம்பிக்கூண்டு இருக்கும். பொலிவுடைய காளைகள் இருக்கும். மாடு களைச் சினைப்படுத்த விரும்புகிறவர்கள் குறிப்பிட்ட தொகையை அடைத்துவிட்டால், யேதேனும் ஒரு காளை கட்டவிழ்க்கப்படும், மேளம் கொட்டப்படும், புணர்ச்சி கைகூடிவிடும். மாற்றுப் பதிப்பாளருக்கும் எழுத்தாளருக்கு மான உறவு இத்தகையதாக இருக்கமுடியாது.

4. மாற்றுப் பதிப்பகத்தின் வழி புதிய எழுத்து, புதிய கருத்து, புதிய கலை, புதிய எழுத்தாளன் ஆகியவை வெளிப்பட வேண்டும்.

5. மாற்றுப் பதிப்பகத்தின் செயல்பாடுகளிலிருந்து மதிப்பீடு களைப் பிரிக்க முடியாது. வாசகனை ஏமாற்றும் எந்தச் செயல்பாட்டையும் அவர்கள் மேற்கொள்ளலாகாது. வாசகனை ஏமாற்றும் அறிவிப்புகள் மாற்றுப் பதிப்பகத் தின் லட்சணம் அல்ல. எழுத்தாளனுக்கு மாற்றுப் பதிப்பகம் அளிக்கும் மரியாதை அவனுடைய படைப்பாற்றல் மற்றும் சிந்தனை வளம் சார்ந்தது. அவன் கொண்டு வந்து குவிக்க இருக்கும் வசூல் அடிப்படையிலானது அல்ல. எழுத்தாளனுக்குக் காப்புரிமை அளிப்பது என்பது மாற்றுப் பதிப்பகத்தின் அடிப்படைகளில் ஒன்றாக இருக்க வேண்டும்.

6. மாற்றுப் பதிப்பகம் காப்புரிமையை மட்டுமல்ல எழுத்தாள னின் அறிவுடைமையையும் மதிக்க வேண்டும். வெகுஜனப் பண்பாட்டில் வெளிவரும் பெரும்பான்மையான நூல்கள் அறிவுடைமை மீறலின் வழி உருவாக்கப்படுபவை. சுயமான ஆய்வு, சுய அனுபவம், சுயசிந்தனை ஆகியவற்றை வளர்த் தெடுப்பது, ஊக்குவிப்பது பற்றிய எந்தக் கடப்பாடும் இன்றி அதிகமும் ஆங்கில நூல்களிலிருந்து உருவப்பட்ட செய்திகளிலிருந்தே அதிகமும் தயாரிக்கப்படுபவை. ஒரு நூலை அப்படியே நகல் செய்வதுதான் தமிழில் திருட் டாகப் பார்க்கப்படுகிறது. பல மூலங்களிலிருந்து திருடி உருவாக்கப்படுபவற்றைத் திருட்டாக நிறுவுவது கடினம். இணையத்தின் வருகை இத்தகைய நூல் பண்ட உற்பத்தி

யைத் துரிதப்படுத்தியிருக்கிறது. மாற்றுப் பதிப்பகங்கள் இந்தப் போக்கை முற்றாகப் புறமொதுக்க வேண்டும். ‘டவுன் லோட்’ இலக்கியத்தையும் ‘டவுன் லோட்’ எழுத்தாளர்களையும் அண்டவிடாத உறுதிப்பாடு அவற்றிடம் இருக்க வேண்டும்.

ஒரு நூலின் படைப்பாக்கம் பற்றிப் பேசும்போது ‘காலச்சுவ’டின் இன்றைய தரம் மனநிறைவு தருவதாக இல்லை என்பதை முதலில் குறிப்பிட வேண்டும். மனத்தில் உருவாகும் எண்ணங்களைச் செயல்படுத்த பொருளாதாரத் தட்டுப்பாடும் மனிதவளத் தட்டுப்பாடும் தடையாக உள்ளன. பிரசுரிக்கப்படும் ஒவ்வொரு நூலும் ஒரு படைப்பாக வெளிவர வேண்டும் என்ற ஆசை அவ்வப்போதுதான் கைகூடுகிறது. இந்தச் சுயமதிப்பீட்டுடன் *காலச்சுவடில்* நூல்கள் உருவாக்கம் பெறும் நிலைகளைப் பார்க்கலாம்.

1. நூல்படிகள் இரண்டு விதங்களில் கிடைக்கப் பெறுகின்றன. கேட்டுவாங்குவது, அனுப்பப்படுவது. அனுப்பப்படும் நூல்கள் அவற்றின் பொருள் சார்ந்து *காலச்சுவடின்* தேர்வுக்குழுவின் பார்வைக்கு அனுப்பப்படுகின்றன. தேர்வுக்குழு என்று இறுக்கமான வட்டம் எதுவும் இல்லை. நூல் பொருளும் சந்தர்ப்பமுமே தேர்வாளர்களைத் தீர்மானிக்கின்றன. பொதுவாக விருப்பு வெறுப்பு மனோபாவம் உள்ளவர்களைத் தவிர்த்து, பரந்துபட்ட பார்வையும் நிதானமான போக்கும் கொண்டவர்களுக்கே நூல்படிகள் அனுப்பப்படுகின்றன. பல சமயங்களில் இரு தேர்வாளர்களின் கருத்துகள் வேண்டப்படுவதும் உண்டு.

2. தேர்வுபெற்ற நூல் கணினியில் ஏற்றப்படுகிறது. கைப்படியுடன் ஒப்பிட்டுப் பார்க்கப்பட்ட பிறகு முதல் மெய்ப்பு எடுக்கப்படுகிறது. இந்தக் கட்டத்தில் நூல் மெய்ப்பு மட்டும் பார்க்கப்பட்டால் போதுமா அல்லது எடிட் செய்யப்பட வேண்டுமா என்பதைத் தீர்மானிக்க வேண்டும். மொழிநடை சார்ந்தும் உள்ளடக்கம் சார்ந்தும் ஒரு நூலுக்கு எடிட்டிங் தேவைப்படலாம். அந்தத் தேவையை எழுத்தாளர்களுடன் கலந்தாலோசித்து, இணைந்து பூர்த்திசெய்வது முக்கியம். பல சமயங்களில் எடிட்டிங் பணிக்குத் தயக்கத்துடன் சம்மதிக்கும் எழுத்தாளர்கள் இணைந்து செயல்படத் தொடங்கியதும் உற்சாகமடைவது உண்டு. எடிட்டிங் தேவைப்படும் ஒரு பிரதி எடிட் செய்யப்படுவதை எழுத்தாளர்கள்

மறுத்தால் பதிப்பாளர் அதைப் பிரசுரிக்க மறுக்கலாம். ஆனால் எழுத்தாளரை மீறி எடிட் செய்யக் கூடாது.

3. *காலச்சுவடு எடிட்டர்களை எவ்வாறு தேர்வு செய்கிறது?* *காலச்சுவடின்* எடிட்டர்கள் தமிழில் புலமை மட்டும் கொண்டவர்களாக இருப்பதில்லை. அத்தோடு நவீனத் தமிழிலக்கியப் பரிச்சயமும் 20ஆம் நூற்றாண்டின் இலக்கியப் பிரதிகளின் வழி உருவாகிவந்திருக்கும் நவீன இலக்கிய மொழி பற்றிய விழிப்புணர்வும் அவர்களுக்கு இருக்க வேண்டும். தமிழ் இலக்கணம், நடை ஆகியவற்றின் முக்கியத்துவத்தைக் *காலச்சுவடு* குறைத்து மதிப்பிடுவதில்லை. ஆனால் எடிட்டரின் பணி 'இலக்கணம்' என்ற புனித தேவதைக்குப் பணிவிடை செய்வதல்ல. பிரதியை வாசகனின் வாசிப்புக்கு ஏற்றதாகத் துலக்கம்பெறச் செய்வதுதான். பிரதியின் உள்கட்டுமானத்திற்கு ஏற்ப இலக்கண விதிகளின் நெகிழ்ச்சியை அது வேண்டும்போது அத்தேவையை உணர்ந்துகொள்ளும் ஆற்றல் எடிட்டருக்கு வேண்டும். இலக்கணத்திற்காகப் பிரதியைச் சிதைக்கலாகாது. நவீனக் கவிதையை அறியாத எடிட்டருடன் கவிஞரும், புனைவு மொழியை அறியாத எடிட்டருடன் படைப்பாளியும், நவீனச் சிந்தனையோடு பரிச்சயமற்ற எடிட்டருடன் கட்டுரையாளரும் பணியாற்ற முடியாது. எடிட்டர்களின் தேர்வு படைப்பை முன்னிறுத்திச் செய்யப்பட வேண்டும். படைப்பை மட்டுமல்ல, படைப்பாளியை முன்னிறுத்தியும் மேற்கொள்ளப்பட வேண்டும். எழுத்தாளருக்கும் எடிட்டருக்கும் சரியான ஒத்திசைவு இல்லையெனில் எடிட்டிங் பணி துலக்கம் பெறாது.

4. *எடிட்டிங் மூலம் காலச்சுவடு அடைந்த பயன் என்ன?* எடிட்டிங் பணியில் முதல் பயன் பெறுவது எழுத்தாளன். அவன் படைப்பு எடிட்டிங் வழி துலக்கம் பெறுகிறது. வாசகனுடன் அவன் உறவு வலுப்பெறுகிறது. வாசகனும் பயன்பெறுகிறான். அவனுடைய வாசிப்புக்கு எடிட்டிங் ஒத்திசைவை ஏற்படுத்துகிறது. பிரதிக்கும் அவனுக்கும் நெருக்கத்தைக் கூட்டுகிறது. எடிட்டிங் வழி மொழியும் பயன்பெறுகிறது. அதில் கலக்கும் மாசு குறைகிறது. நடை கூர்மைப்படுகிறது. பதிப்பகமும் பயன்பெறுகிறது. முதலில் நன்றாக எடிட் செய்யப்பட்ட பிரதி ஏற்படுத்தும் மன நிறைவு. இரண்டாவதாக எழுத்தாளனுக்கும் பதிப்பகத்திற்குமான உறவு வலுப்பெறுகிறது. ஒருமுறை எடிட்டிங்கின் சிறப்பை ருசித்துவிட்ட எழுத்தாளன் அதை மறப்பதில்லை, மறுப்பதுமில்லை.

எடிட்டிங் தமிழில் மாற்றுப் பதிப்பக அடையாளங்களில் ஒன்றாக வேண்டும். வணிகச் சூழல் தமிழ்ப் பண்பாட்டைப் பார்த்துக் கேட்கும் ஒரே கேள்வி: நாய் விற்ற காசு குரைக்குமோ என்பது தான். நாய் விற்ற காசைக் குரைக்கத் தூண்டுவதுதான் மாற்றுப் பதிப்பகத்தின் பணி. தமிழ்ப் புத்தகப் பண்பாட்டில் ஆழமான தாக்கத்தை ஏற்படுத்துவதே மாற்றுப் பதிப்பகத்தின் தொலைநோக்காக இருக்க வேண்டும்.

(31.08.2008 அன்று அசிசி ஆஸ்ரமம், பாம்பன்விளையில், காலச்சுவடு அறக்கட்டளை நடத்திய சுந்தர ராமசாமி நினைவு எடிட்டிங் பயிலரங்க உரையின் கட்டுரை வடிவம்.)

இதழ் 107, நவம்பர் 2008

9

செக்ஸ் கவிதைகள்

குமுதம் (29.10.2008) இதழில் பெண் கவிஞர்களின் கவிதைகளுக்குக் கொடுக்கப்பட்ட அடைமொழி இது. மூன்று பெண் கவிஞர்கள் தங்கள் கவிதைகளில் இடம் பெறும் பாலியலின் அடையாளங்களை நியாயப்படுத்தும் விதமாக உருவாக்கப்பட்ட 'சர்ச்சை'. இக்கவிதைகளின் அதிர்ச்சி மதிப்பையும் எதிர்ப்பையும் தமிழ் அறிவுச்சூழல் பெருமளவுக்குக் கடந்து வந்துவிட்டது. சமீபகாலத்தில் பெண்களின் படைப்புச் சுதந்திரத்தைக் கேள்விக்குள்ளாக் கும் குரல்கள் எழவில்லை. வெகுஜன இதழ்களில் பணி யாற்றும் 'இலக்கிய' அன்பர்களுக்குத் தங்கள் இலக்கிய இருப்பை நினைவுபடுத்திக்கொள்ளவும் கற்பனை வறட்சியை மறைக்கவும் பெண்களின் அந்தரங்கங்களைச் சுரண்டவும் இலக்கியவாதிகளைக் காட்டிக்கொடுக்கவும் எப்போதும் அவசியம் ஏற்பட்டுவிடுகிறது. தமிழ்ப் பண்பாட் டைக் காப்பதில் முன்னணியில் இருக்கும் *நக்கீரன்* இன்னொரு பெண் கவிஞரிடம் மேற்படி 'சர்ச்சை' பற்றிக் கருத்துக் கேட்டு அவர் இவர்களைச் 'செருப்பால் அடிக்கலாம்' எனப் பொருள்படக் கூறியிருக்கிறார். இந்தச் சர்ச்சை இதழியலுக்குப் பயன்படலாம். இலக்கியத் திற்கு இனிப் பயன்படாது. பெண்ணே பெண்ணுக்கு எதிரி என்ற பொதுக்கருத்துக்கு வலுசேர்க்கும் விதமான செயல்பாடுகள் தவிர்க்கப்பட வேண்டியவை. நமது வெகு ஜன ஊடகங்களை அணுகுவதில் கவனம் தேவை. குறிப் பாகப் பெண்களுக்கு. அவர்கள் 'சர்ச்சை'க்குப் பயன் படும் வாய்ப்புகள் அதிகம் என்பதால். பெண் கவிதை பற்றிய விவாதம் கடந்த காலத்திலேயே தேங்கி நிற்க முடியாது. தமிழ் வாழ்வு தினமும் புதிய சவால்களுடன் விடிந்து இருண்டுகொண்டிருக்கிறது.

தலைமுறைச் சித்திரங்கள்

சு.ராவின் படைப்புகளின் வழி கிடைக்கும் என்னுடைய தாத்தாவின் சித்திரம் அதிகமும் எதிர்மறையானது. 'குழந்தைகள் பெண்கள் ஆண்கள்' ஒரு விதிவிலக்கு. தாத்தாவுடனான கொந்தளிப்பான உரையாடல் முடிவடைந்து புரிதலும் சமாதானமும் அப்பாவுக்கு ஏற்பட்டது இந்த நாவல் வழியேதான் என்று எனக்குத் தோன்றும். தன் அப்பாவைப் பற்றிய அவருடைய மனச் சித்திரத்திற்கும் என்னுடைய குழந்தைக் கால நினைவுகளுக்கும் பொதுத்தன்மை இல்லை. இதில் வியப்படைய எதுவும் இல்லை.

பேரப்பிள்ளைகளுடன் ஏற்படும் உறவு தனித்துவமானதாக இருப்பது நமது பண்பாட்டு இயல்பு. முதல் விஷயம் எனக்கு அவரைப் பற்றிய பயம் எதுவும் இருக்கவில்லை. எனக்கு எட்டு வயதாகும்வரை உயிருடன் இருந்த தாத்தாவைப் பற்றி எனக்கு வருத்தம் தரும் நினைவுகள் எதுவும் இல்லை. அவ்வாறு இருக்க நியாயமும் இல்லை. எனக்கு மைசூர்பாக் வாங்கித் தருவதாகப் பல வருடங்கள் அவர் ஏமாற்றியதை மட்டும் மறந்துவிடலாம். 'கோல்டன் லாட்ஜில் உருளியைப் போட்டாச்சு . . .' என்று துவங்கும் அவருடைய வருணனையைக் கேட்டு எத்தனையோ வருடங்கள் சளைக்காமல் ஏமாந்திருக்கிறேன். அந்தச் சிறுவயதிலும் நான் இவ்வளவு நம்பி ஏமாந்திருக்க வேண்டாமே என்று இப்போது தோன்றுகிறது.

அப்பாவுக்கும் அவருக்கும் இடையிலான சில சந்திப்புகள் எனக்கு நினைவிருக்கின்றன – அவற்றின் தீவிரத்தை அப்போது உணரவில்லை என்றாலும்கூட. வாசலில் வராந்தாவில் இருக்கும் ஒற்றை நாற்காலி தாத்தாவின் நிரந்தரச் சிம்மாசனம். அதில் வேறு யாரும் உட்கார்ந்ததில்லை. முன்னர் 'ப' வடிவில் இருந்த திண்ணையில் அப்பா நடக்க உரையாடல்/மோதல் அரங்கேறும். திண்ணைப் பாதைக்கு வழிவிடும் இடைவெளியை அப்பா எளிதில் தாண்டிவிடும் ஆச்சரியத்தில் நான் மூழ்கியிருப்பேன். அந்த இடைவெளியைத் தாண்டிவிடுவது சிறுவயதின் சவால்களில் ஒன்றாக எனக்கு இருந்தது. பலமுறை கீழே விழுந்திருக்கிறேன்.

விடுமுறை நாட்களில் குழந்தைகள் என்று ஒரு டஜனுக்குக் குறையாத உருப்படிகள் வீட்டில் இருக்கும். சீட்டு விளையாடுவது ஒரு முக்கியப் பொழுதுபோக்கு. தாத்தாவுக்கு எங்களுடன் சீட்டு விளையாட ஆசையும் பயமும் உண்டு. அவர் ஒரு கையாக உட்கார்ந்தால் ஒரு முக்கிய நிபந்தனை உண்டு.

தன் தோள் துண்டைக் கீழே விரித்துவிடுவார். அதில்தான் சீட்டு விழ வேண்டும். வெற்றி அவருக்குக் கைகூடுவது அபூர்வம். தோல்வி நெருங்கியதும் முகம் சிவந்துவிடும். 'போதும்! போதும்!' என்று கத்திவிட்டுத் தோள் துண்டை உதறிப் போட்டுவிட்டு வேகமாக நகர்ந்துவிடுவார். சீட்டுகள் சிதறிக்கிடக்கும்.

அவருக்கு 60 வயதிலேயே பழுத்த முதுமை கூடிவிட்டது என்பது புகைப்படங்களில் தெரிகிறது. எனக்கு நான்கு வயதிருக்கும்போது அவருக்கு எழுபது நெருங்கியிருக்கும். ஒரு நாள் நானும் அவரும் வராந்தாவில் இருந்தோம். நான் அவருடைய நாற்காலியில். கொஞ்ச நாள் சந்தேகம் மனதை அரித்தது. அவரது மார்பகங்களைச் சுட்டிக்காட்டி, 'தாத்தா, உங்களுக்குப் பால் இருக்குமா?' வெடித்துச் சிரித்தார். சுற்று முற்றும் விஷமப் பார்வை வீசியபடி, 'குடித்துப் பாரேன்' என்றார். தயங்கும் வயதல்ல எனக்கு. என்னை மடியில் பிடித்து வைத்துக்கொண்டு குலுங்கிக் குலுங்கி அவர் சிரித்தது இன்றும் கண்முன் நிற்கிறது.

'ஒரு நகரமும் ஒரு கிராமமும்'

படிப்பார்வம் கொண்ட நண்பர் என்னைச் சந்திக்க வந்திருந்தார். மேசையில் இருந்த புத்தகங்களில் ஒன்று பேரா. எஸ். நீலக்கண்டனின் 'ஒரு நகரமும் ஒரு கிராமமும்.' புத்தகத் தின் முன்அட்டையைப் பார்த்துக்கொண்டிருந்த நண்பரின் கண்களில் ஆர்வம் தெரிந்தது. பின்னட்டையைத் திருப்பிப் பார்த்ததும் அது திடீரென்று மங்கியது. புத்தகம் கையைச் சுடுவதுபோல் அதைக் கீழே போட்டுவிட்டு நிமிர்ந்தார். நான், 'படித்துப் பாருங்கள், நல்ல புத்தகம்' என்றேன். தட்ட முடியா மல் அவர் நூலை எடுத்துக்கொண்டார். இரண்டு நாட்கள் கழித்துப் பரபரப்புடன் வந்தவர் ஆச்சரியத்துடன், 'புத்தகம் நல்லாயிருக்குங்க!' என்றார். 'நானும் அதைத்தானே சொன்னேன்' என்றேன். 'இல்ல, பின்னட்டைல பேராசிரியர் என்றிருந்தது – அதுதான்!

ஒரு நூலின் பின்னட்டைக் குறிப்பு வாங்கத் தூண்டும் விதத்தில் அமைய வேண்டும். இந்நூலின் பின்னட்டையில் முதல் வார்த்தையே பேராசிரியர் என்றிருப்பது சரியான விற்பனைத் தந்திரோபாயம் அல்ல என்று எண்ணிக்கொண்டேன். மேற்படி நண்பரின் எண்ணம் விதிவிலக்கானது அல்ல. பொது வாகவே பேராசிரியர் என்றதும் தமிழ் வாசகன் மனதில் சில எண்ணங்கள் ஏற்படுகின்றன. கல்விப்புலம் சார்ந்த ஒரு வறட்டு

மொழி. கோட்பாடுகளால் கட்டமைக்கப்பட்ட பார்வை. கற்பனை வறட்சி. அழகியலின் இன்மை.

இது நியாயமான மதிப்பீடு அல்ல. எந்தக் குழுவைப் பற்றியும் இத்தகைய பொதுப்படையான மதிப்பீட்டை ஏற் படுத்திக்கொள்வது அவசியம் தவிர்க்கப்பட வேண்டிய விஷயம். என் நண்பர் வட்டத்தில் இருக்கும் பேராசிரியர்கள் பலர் மேற்படி குணங்கள் கொண்டவர்கள் அல்ல என்பது என் நேரடி அனுபவம்.

ஆனால் தமிழ் வாசகனுக்குப் பேராசிரியர் என்றால் ஒரு பீதி ஏற்பட்டிருப்பது மறுக்க முடியாத உண்மை. தமிழ் வாசகனைத் தன்னை வாசிக்க வைக்க ஒரு பேராசிரியர் செய்ய வேண்டிய முதல் பணி, தான் வழக்கமான பேராசிரியர் அல்ல என்று உணர்த்துவதுதான். தமிழ்க் கல்வித் துறை சார்ந்த, செறிவற்ற ஆய்வு நூல்களே பேராசிரியர்கள் பற்றிய வாசகனின் அலர்ஜிக்கு முக்கியமான காரணம்.

நான் நண்பர்களிடம் இந்நூலை இவ்வாறு அறிமுகப் படுத்துகிறேன்:

“இவர் பேராசிரியர்தான் என்றாலும் இது ஆய்வு நூல் அல்ல. இது கால மாற்றத்தைச் சொல்லும் கதைப் புத்தகம். இந்நூலில் ஆய்வின் வலு இருக்கிறது. ஆனால் அது நூலின் பக்கங்களில் துருத்திக்கொண்டு நிற்கவில்லை.”

கால மாற்றம் என்பது தன்னிச்சையாக நிகழ்ந்துகொண்டே இருக்கிறது. அது நல்லதாகவோ கெட்டதாகவோ நடப்பதில்லை. பழமைவாதிகள் எல்லா மாற்றங்களையும் பற்றிப் புலம்பும் போது முற்போக்குவாதிகள் காலமாற்றத்தை வளர்ச்சியாக, முன்னேற்றமாகப் பார்க்கிறார்கள்.

இந்நூலில் குறிப்பிடத் தகுந்த அம்சம் பேராசிரியர் பார்வை யில் இருக்கும் நிதானம். கோட்பாடுகளின் சாயல் இன்றிக் கால மாற்றத்தைப் பார்த்திருக்கும் தன்மை. எல்லா மாற்றங் களிலும் ஏற்பட்டிருக்கும் நன்மை தீமை பற்றிய பார்வை. தேவதாசி முறையின் கொடுமைகள் நாம் அறியாதன அல்ல. ஆனால் அது அழிந்தபோது கரூரில் கலை இலக்கியத்தின் இருப்பும் அழிந்துவிட்டது என்று அவர் சொல்வது முக்கிய மானது. ஒரு தீமை அழியும்போது கூடவே கொஞ்சம் நன்மை யும் அழிந்துவிடுகிறது. பேராசிரியரிடம் தேவதாசி முறைமைக் கான ஏக்கம் இல்லை. அதன் அழிவை மதிப்பீடு செய்யாமல்

கொண்டாடும் வறட்டு முற்போக்குவாதமும் இல்லை. இன்றைய தமிழ்ச் சூழலில் இத்தகைய பார்வை அபூர்வமானது.

'ஒரு நகரமும் ஒரு கிராமமும்' நூலை வெளிவந்தவுடன் படித்தேன். இரண்டு காரணங்கள். ஆங்கிலத்தில் *Nostalgia* எனப்படும் கடந்த காலத்திற்கான ஏக்கம் என்பது பதின்களைத் தாண்டிவிட்ட எல்லோரிடத்திலும் அரும்பத் துவங்கிவிடும் உணர்வு. இந்நூலில் ஒரு இழை சமகாலம் என்றால் மற்றொரு இழை கடந்தகாலம். பேராசிரியரின் கடந்த காலத்திற்கான ஏக்கம் இந்நூலில் வெளிப்படவில்லை என்றாலும் வாசிப்பில் தவிர்க்க முடியாத அம்சமாக அவ்வுணர்வு வாசகனிடம் எழவே செய்கிறது. இது வாசிப்பில் லயிப்பை ஏற்படுத்துகிறது.

இரண்டாவது காரணம், கொங்கு மண்டலத்தோடு எனக்கு இருக்கும் பெருமிதத்தின் மயக்கம் கலந்த உறவு.

என்னுடைய தாத்தா சுந்தரம் அய்யர் 1946ஆம் ஆண்டு நாகர்கோவிலில் சுதர்சன் என்ற ஜவுளிக் கடையைத் துவங்கினார். அக்கடை இன்றும் இருக்கிறது. 1990களில் இக்கடையை நடத்தும் பொறுப்பை நான் ஏற்றுக்கொண்டேன். கொங்கு மண்டலம் கைத்தறியிலும் விசைத்தறியிலும் வேகமாக எழுந்து அகில இந்தியச் சந்தையில் தாக்கத்தையும் உலகச் சந்தையில் சில சலனங்களையும் ஏற்படுத்திவந்த காலம் அது. சேலம், ஈரோடு, கோவை ஜவுளிச் சந்தைகளுக்குத் தொடர்ந்து வரவேண்டிய தேவை எனக்கு இருந்தது.

ஈரோட்டிற்குச் செவ்வாய்க்கிழமை இரவுச் சந்தைக்காகவும் சேலம் மாவட்டத்தின் பல குக்கிராமங்களில் பட்டுச் சேலைக் கொள்முதலுக்காகவும் சுற்றி அலைந்திருக்கிறேன். வனவாசி, இளம்பிள்ளை போன்ற கிராமங்களில் ஏற்பட்ட விசைத்தறிப் பட்டுச் சேலைகளின் ஆதிக்கம் காஞ்சிப் பட்டுச் சந்தையை ஆட்டம் காண வைத்திருந்தது. ஆப்பிரிக்கர்களின் பழங்குடி உடைகூடக் கொங்கு மண்டலத்தில் தயாரிக்கப்பட்டு ஏற்றுமதி செய்யப்பட்டது.

என்னை வியப்பிலாழ்த்திய இன்னொரு அம்சம் இங்கு விவசாயிகள் வியாபாரிகளாகப் பரிணமித்திருந்தது. சேலைகளை விற்றபடியே கிழங்கு பயிரிடுவது பற்றித் தொலைபேசியில் உரையாடுவது எனக்கு மிகுந்த உற்சாகம் தந்தது. மார்வாடிகளின் இளிப்புகளையும் குழைவுகளையும் பார்த்து அலுத்துப் போயிருந்த எனக்கு விவசாயிகளின் மெருகேறாத நேரடி நடைமுறைகள் மிகுந்த ஈர்ப்பை ஏற்படுத்தின.

‘ஒரு நகரமும் ஒரு கிராமமும்’ என்னுடைய அந்த வியப்பைப் புரிதலாக மாற்றியிருக்கிறது. அதற்காக நீலகண்டன் அவர்களுக்கு என் நன்றியும் வணக்கமும்.

அய்யனார் உணர்ச்சிகளின் அலையடிப்பில் இயங்கும் நண்பர். இந்நூல் அவருக்கு ஏற்படுத்திய உற்சாகம் இன்றைய கூட்டத்திற்கு முக்கியமான காரணம். அவருக்கு என் மன மார்ந்த நன்றி.

(20.09.2008 அன்று கரூரில் காலச்சுவடு மற்றும் நவீனக் குரல்கள் இணைந்து நடத்திய நூல் விமர்சன அரங்கில் ‘ஒரு நகரமும் ஒரு கிராமமும்’ நூல் பற்றி நிகழ்த்திய உரையின் எழுத்து வடிவம்)

பொது நூலகத் துறை : அறிவிப்பும் உண்மையும்

பொது நூலகத் துறையில் *காலச்சுவடு* இதழை ஏப்ரல் 2008 முதல் தடைசெய்தது தொடர்பான கேள்விக்கு ஜூ. வி. (24.08.08) இதழில் அமைச்சர் தங்கம் தென்னரசு இவ்வாறு கூறியிருந்தார்.

“வாசகர்கள் அதிக அளவில் படிக்கும் இதழ்களை நூலகங் களுக்கு வாங்கலாம் என்று தீர்மானித்து அதன் அடிப்படையில் தான், *காலச்சுவடு* பத்திரிகையை நிறுத்திவிட முடிவெடுத்திருக் கிறார்கள் . . . *காலச்சுவடு* பத்திரிகை வாசகர்களால் அதிகம் விரும்பிப் படிக்கப்படும் பத்திரிகைகளில் ஒன்றானால், இந்தப் பிரச்சினை தானாகத் தீர்ந்துவிடும்.”

இதைப் படித்த சமூகப் பணியாளர் ஒருவர் தமிழகப் பொது நூலகத் துறையால் வாங்கப்படும் இதழ்களின் மாவட்ட வாரியான பட்டியலைத் தகவல் அறியும் உரிமைச்சட்டத்தின் கீழ் கேட்டுப் பெற்று என்னுடைய பார்வைக்கு அனுப்பியிருந் தார். தமிழகப் பொது நூலகத் துறையின் செயல்பாடுகள் பற்றிய போலி நம்பிக்கைகள் என்னிடம் இல்லை. இருப்பினும் அதையும் மீறி அதிர்ச்சியளிக்கக்கூடியதாகப் பட்டியல் இருக்கும் என்ற எண்ணத்துடனேயே பார்வையிட்டேன். இந்த எதிர் பார்ப்பையும் மீறிப் பட்டியல் மிகுந்த அதிர்ச்சியளித்தது. சுமார் 300 நாளிதழ்களும் பருவ இதழ்களும் ஒட்டுமொத்தமாக வாங்கப்படுகின்றன. இவற்றில் 100க்கும் மேற்பட்ட இதழ்களைப் பற்றி நான் கேள்விப்பட்டதில்லை. தமிழில் தினசரி, தமிழ்ச் சுடர், தின சூரியன், நம் தினமதி, பிற்பகல் போன்ற பல தினசரிகள் வெளிவருவதை இப்பட்டியலைப் பார்த்து அறிந்து கொண்டேன். வாங்கப்படும் சில பருவ இதழ்கள் இவை:

தி ரெய்சிங் சன், கடலார், கனிமொழி, தாகூர் கல்விச் செய்தி, திரிகமுகம், தெலுங்கர் கீதம், அற்புத ஆலயமணி, எங்களுக்கு மகிழ்ச்சி, சிவ ஒளி, ஜெய் பாடிபில்டிங் மாஸ்டர், கவலைப்படாதே, ஸ்ரீநவசக்தி விஜயம், நல்வழி, நித்யானந்தம், ராமராஜியம், பாபாஜி சித்தர் ஆன்மிகம், சுருதகேவலி, ஞான விஜயம், திராவிட ராணி, பண்ணாரி அம்மன் செய்திமலர், பாஞ்ச ஜன்யம், பென்சனர் கணினி, மலர்ந்த ஜீவிதம், மாத்ரு வாணி, லேடிஸ் ஸ்பெஷல், வேதாந்த கேசரி, ஜங்கம இதழ், எங்கள் மக்கள் தலைவன் . . .

அமைச்சரின் கூற்றை இந்த ஆதாரத்தின் அடிப்படையில் பகுத்தறிந்து பார்க்கும்படி வாசகரைக் கேட்டுக்கொள்கிறேன்.

இதழ் 108, டிசம்பர் 2008

10

எம்.எஸ். 80

காலச்சுவடை மீண்டும் துவங்கப்போகிறேன் என்பதை 1994இல் உறுதியாக அப்பாவிடம் தெரிவித்ததும் அவர் சட்டபூர்வமாக அதை என் பெயருக்கு மாற்றிக் கொடுத்தார். இதழின் துவக்கப் பணிகள் நடந்த கால கட்டங்களில் அவர் அதிகம் ஆலோசனைகள் வழங்கிய தாக நினைவில் இல்லை. ஆனாலும் அவர் என்னை அழைத்துச் சொன்ன ஒரு முக்கியமான விஷயம், எம்.எஸ். ஐ நான் அழைத்துப் பேச வேண்டும் என்பது. அதன்படி எம்.எஸ்.ஐச் சந்தித்து *காலச்சுவடு* திட்டத்தைச் சொன்னேன். ஆண்டு 1994 மாதம் ஜூலை அல்லது ஆகஸ்டாக இருக்கலாம். அன்றிலிருந்து இன்று வரை எம்.எஸ். *காலச்சுவடு* அலுவலகத்தில் தடம் பதிக்காத நாட்கள் குறைவு. ஏறக்குறைய 15 ஆண்டுகள் கடந்து விட்டன.

ஓர் உறவு, அதிலும் அன்றாடம் சந்திக்கும் உறவு, பிசிறில்லாமல் 15 ஆண்டுகள் தொடர்வது அரிது. இந்த உறவின் தொடர்ச்சி பலருக்கு வியப்பாகவும் மகிழ்ச்சி யாகவும் இருந்தது எனக்குத் தெரியும். சிலருக்கு இருக்க வில்லை என்பதும் தெரியும்.

காலச்சுவடின் எழுத்துரு, வடிவமைப்பு, அழகியல், மொழி, நடை, எடிட்டிங், கடிதங்கள், விளம்பரம், சந்தாப் பட்டியல், முகவரிப் பட்டியல் எனப் பல தளங்களில் எம்.எஸ்.இன் பங்களிப்பு அழுத்தமாக உண்டு. யோசனை யாகத் தன் கருத்துகளை என்னிடம் முன்வைப்பார். என் உள்ளுணர்வுக்கு ஏற்பச் சில சமயங்களில் அவற்றை நான் மீறும்போது அவர் மனம் வருந்தியதில்லை.

எம்.எஸ். *காலச்சுவடின்* இன்றியமையாத பகுதி. இது *காலச்சுவடின்* செயல்பாட்டை அறிந்த வாசகர் களுக்கு உலகளாவிய அளவில் தெரியும். அவர் வருகையை, பங்களிப்பை, நாங்கள் விரும்புவது இயல்பு.

எம்.எஸ். இந்த உறவை இத்தனை ஆண்டுகள் தொடர்வதற்கு என்ன காரணம் என்று இப்போது முதல்முறையாக யோசித்துப் பார்க்கிறேன். பொருள் சார்ந்த எதிர்பார்ப்பு அவரிடம் இல்லை. அங்கீகாரம் நெருங்கிய வட்டத்திற்கு வெளியில் விரிவதை அவர் விரும்புவதில்லை. கொடுக்கல் வாங்கல் இல்லாத உறவு. இன்று அவர் நண்பர் சு.ரா.வும் இல்லை. என் மனதில் ஒரே ஒரு காரணம் மட்டுமே தென்படுகிறது. அவர் வாழ்வின் அடிநாதம் சுதந்திரம் என்ற சொல். போராடிப் பெறும் சுதந்திரம் அல்ல. திரைக்குப் பின்னால் பணிசெய்ய, இளைப்பாற, பயணிக்க, இதமான உறவுகளைப் பேண அவசியமான சுதந்திரம். இந்த சுதந்திரம் இயல்பாகக் *காலச்சுவடில்* அவருக்கு அமைந்தது. *காலச்சுவடின்* பார்வை, சார்புகள், விருப்பு வெறுப்புகள், நட்புகள், முறிவுகள் எதிலும் எம்.எஸ்.ஐ நாங்கள் ஈடுபடுத்திய தில்லை. *காலச்சுவடு* அலுவலகத்தில், கணினியில் தமிழின் சுமார் அரை டஜன் பதிப்பகங்களுக்கும் இதழ்களுக்கும் எம்.எஸ். செய்ய விரும்பும் பங்களிப்புப் பணி நடந்துகொண்டிருக்கும். கூச்சமோ தயக்கமோ கண்காணிப்போ இன்றி இவற்றை மேற் கொள்ள *காலச்சுவடில்* அவருக்கான இடம் எப்போதும் உண்டு. இந்த சுதந்திரம் பலருக்கு ஏற்படுத்திய குறுகுறுப்பில் எம்.எஸ். எங்கள் உறவினரா என்ற கேள்வி நாகர்கோவிலிலேயே பல முறை கேட்கப்பட்டிருக்கிறது.

எம்.எஸ். பற்றிய மூன்று புதிர்களைப் பகிர்ந்துகொண்டு என் உரையை நிறைவு செய்கிறேன்.

1. இளம் பெண்களைக் கவர்வதில் அவருக்கு இருக்கும் ஆற்றல். அதை இனி நான் அறிந்து பயன் இல்லை. என் மகன் சாரங்கனுக்கும் இன்னும் சில இளைஞர் களுக்கும் இந்த வித்தையை அவர் கற்றுத்தர வேண்டும்.
2. *காலச்சுவடு* அலுவலகத்திற்கு முதலில் வந்தபோது அவர் வயது 65. அன்று அறுபது வயது நிறைந்த ஆரோக்கிய மான உற்சாகமான மனிதராகத் தென்பட்டார். அதில் வியப்பில்லை. 15 ஆண்டுகளுக்கு முன்னர் எடுக்கப்பட்ட என் புகைப்படங்களைப் பார்க்க நான் விரும்புவது இல்லை. காரணம் கடந்த காலத்தை நினைத்துப் பெருமூச்சு கள் விட எனக்கு விருப்பமில்லை. ஆனால் என்னுடைய இந்த விருப்பமின்மையைச் சாடையாகக்கூட மைதிலி யிடம் நான் சொன்னதில்லை. இருந்தும் என் கல்லூரிக் காலப் புகைப்படம் ஒன்றை *Blow-up* செய்து வீட்டின் ஒரு ஹாலில் அவள் வைத்திருப்பது தாம்பத்திய உறவின் மர்மங்களில் ஒன்று. வீட்டுக்கு வரும் நண்பர்கள் அதைப் பார்த்தவுடன் அதிர்ச்சியடைந்து 'அது நீங்களா?' என்று

கூவுகிறார்கள். எம்.எஸ். அன்று பார்த்தது போலவே இன்றும் இருக்கிறார்.

3. வீட்டின் முன் வாசல் கண்ணில்படுமாறு மேசையைப் போட்டபடி 15 ஆண்டுகளாகத் தினமும் காலை முதல் மாலை வரை *காலச்சுவடு* பணியில் இருக்கிறேன். இன்று வரை எம்.எஸ். அலுவலகத்திற்குள் வருவதை நான் பார்த்ததில்லை. மாலையில் திரும்புவதையும் பார்த்த தில்லை. எம்.எஸ். இருக்கிறாரா என்று அலுவலகப் பெண்களைக் கேட்டால் இன்றுவரை 'ஆம்' என்றோ, 'இல்லை'யென்றோ 'அவர் வெளியில் செல்வதைப் பார்த் தேன்' என்றோ அல்லது 'இங்கே இருக்கிறார்' என்றோ உடனடியாகப் பதில் வந்தது இல்லை. தேடுவார்கள். எம்.எஸ்.இன் பையையும் செருப்பையும். இருக்கிறார் அல்லது இல்லை என்ற முடிவு இந்தப் புறச்சான்று களின் அடிப்படையிலேயே தினமும் எடுக்கப்படுகிறது. ஆக எம்.எஸ். அலுவலகத்திற்கு வருவதுமில்லை போவது மில்லை. தோன்றுகிறார், மறைகிறார். இந்த ரகசியத்தை யும் கற்றுக்கொள்ள ஆவலுடன் இருக்கிறேன். எனக்குக் கற்றுத்தராவிட்டாலும் போகட்டும். அமைதியாக வந்து போகும் கலையை நெய்தல் கிருஷ்ணனுக்கு அவர் அவசியம் கற்றுத்தர வேண்டும்.

எம்.எஸ். இடமிருந்து டாவின்சியையும் திணறடிக்கும் மர்மப் புன்னகையைத் தவிர எந்த ரகசியமும் வெளிவரப் போவதில்லை என்பதும் எனக்குத் தெரியும்.

எம்.எஸ்.க்கு 80வயது நிறைவடைந்திருக்கிறது. *காலச்சுவடுக்* கும் அவருக்குமான உறவு முடிவில்லாத ஒரு பயணம்.

('மீண்டும் காகங்கள்' 15.05.09 அன்று நடத்திய 'எம்.எஸ். 80' நிகழ்ச்சியில் பேசியது.)

நேர்கொண்ட எதிர்வினை

'வாசகர் வட்டம்' லக்ஷ்மி கிருஷ்ணமூர்த்தி (1925 – 2009) அவர்கள் மரணமடைந்த அன்று (ஜூன் 12) சென்னையிலிருந் தேன். நேரில் சென்று அஞ்சலி செலுத்த வேண்டும் என்று தோன்றியது. தேவிபாரதியும் செல்லப்பாவும் நானும் சென்றிருந் தோம். தமிழின் முன்னோடிப் பதிப்பாளர். அற்புதமான பல நூல்களை வெளியிட்ட, பதிப்பாளர் – எழுத்தாளர் உறவுக்கு இலக்கணமாகத் திகழ்ந்த பதிப்பகம் 'வாசகர் வட்டம்'. எடிட்டிங், எழுத்தாளருடன் ஒப்பந்தம், சிறந்த மொழிபெயர்ப்புகள், நல்ல

அச்சும் அமைப்பும், 'அக்கரை இலக்கியம்' போன்ற உலகத் தமிழ் அடையாளத்திற்கு வித்திட்ட நூல்கள் எனப் பல சிறப்புகள்.

'வாசகர் வட்டம்' வெளியிட்ட 'நடந்தாய் வாழி காவேரி' நான் பதின்களிலேயே படித்த புத்தகம். அந்த ஒரு நூலுக்கு மட்டும் காப்புரிமை 'வாசகர் வட்டம்' கையிலிருந்தது. பிற நூல்களுக்குக் காப்புரிமை எழுத்தாளருடையவை எனக் குறிப்பு வெளியிடும் நேர்மையும் 'வாசகர் வட்ட'த்திற்கு இருந்தது. 'காவேரி' நூலை மறுபிரசுரம் செய்யவேண்டும் என்பது சில ஆண்டுகள் ஆசை. அதுவரை கேட்டவர்கள் அனைவருக்கும் அவர்கள் அனுமதி மறுத்துவிட்டார்கள் என்பது எனக்குத் தெரியும். எனவே அடுத்த முறை சு.ரா. சென்னை செல்லும்போது அழைத்துச் சென்று திருமதி லக்ஷ்மி கிருஷ்ணமூர்த்தியிடம் அனுமதிபெற வேண்டும் என்பது திட்டமாக இருந்தது. பிறகு திட்டமிட்டு திட்டமிட்டுச் செயல்படுத்தாமல் முடங்கிக் கிடந்ததில் பொறுமை இழந்து இரண்டாண்டுகளுக்கு முன்னர் எழுத்தாளர் சா. கந்தசாமியுடன் சென்று அவர்களைப் பார்த் தேன். மாலை நாலரைக்கு என்று நேரம் குறித்திருந்தோம். முன்வராந்தாவில் கணவர் கிருஷ்ணமூர்த்தியுடன் அமர்ந்திருந் தார் திருமதி லக்ஷ்மி.

அவரைப் பார்க்கும் முன்னரே சில விஷயங்களை ஊகித் திருந்தேன். அவர்களுக்குத் தமிழ்ப் பதிப்புலகத்தின் சமகாலச் செயல்பாடுகள் பற்றிய கவனம் இருக்க வாய்ப்பில்லை என்பது. நான் நினைத்தது போலவே *காலச்சுவடு* பெயர் அவர் மனதில் பதிந்திருந்தது *தி இந்து*வில் வந்த நூல் விமர்சனங்களின் வழி தான். இன்னொன்று 'நடந்தாய் வாழி காவேரி' நூலை அவர் கள் மறுபிரசுரம் செய்ய அனுமதி மறுத்து வருவதற்குக் காரணம் 'வாசகர் வட்டம்'போலக் கவனத்துடன் தரமாகப் பதிப்பிக்க யாரும் இல்லை என்ற அவர்கள் எண்ணம். எனவே கைவசம் காலச்சுவடு வெளியிட்ட 'சித்திர பாரதி' ஒரு பிரதி வைத் திருந்தேன்.

சா.க. நாங்கள் வந்த நோக்கத்தைச் சொன்னார். திருமதி லக்ஷ்மி அவர்தான் முடிவுசெய்ய வேண்டும் என்று கிருஷ்ண மூர்த்தி அவர்களைச் சுட்டிக்காட்டினார். அவர் மௌனமாக இருந்தார். நான் 'சித்திர பாரதி' நூலை எடுத்து நீட்டினேன். மெதுவாகப் புரட்டிப் பார்த்த பின்னரும் அவர் மௌனம் கலையவில்லை. சா.க. சில செய்திகளை எடுத்துச் சொல்லிக் கொண்டிருந்தார். மறுத்துவிடுவாரோ என்ற அச்சம் எனக்கு ஏற்பட்டது. 'குடுங்கோ! சுந்தர ராமசாமி பையனுக்கு அந்த கௌரவம் கிடைக்கட்டுமே!' என்று அழுத்தமாகச் சொன்னார் லக்ஷ்மி அவர்கள். 'சரி' என்றார் திரு. கிருஷ்ணமூர்த்தி மென்மை யாக.

‘வாசகர் வட்டம் பற்றிய தகவல்கள் கிடைக்குமா?’ என்று கேட்டேன். எழுந்து ஒரு பறவையைப் போலத் தத்தித் தத்தி ஆனால் வேகமாக நடக்கத் துவங்கினார் திருமதி லக்ஷ்மி. வீட்டிற்குள்ளே என்னை அழைத்துச் சென்று ‘வாசகர் வட்டம்’ பற்றிய சிறு அறிமுக அறிக்கை ஒன்றைக் கொடுத்தார். அது ஆங்கிலத்தில் இருந்தது. அவரது உரையாடலும் தமிழிலும் ஆங்கிலத்திலுமாக இருந்தது.

“1967இல் காமராஜர் தேர்தல் பிரச்சாரத்திற்கு நாகர்கோவில் வந்தபோது ‘சுந்தர விலாச’த்திற்கு வந்திருக்கேன். தோசையும் தொட்டுக்க தேனும் கிடைக்குமே! சரிதானா?” என்றார்.

“என்னுடைய தந்தையார் (காங்கிரஸ் தலைவர் எஸ். சத்திய மூர்த்தி) என்னை ஒரு மகனைப்போல வளர்த்தார். பயம் என்பதே தெரியாமல். 13 வயதில் குதிரையேற்றம் பயின்றேன்” என்றார் ஆங்கிலத்தில். பின்னர் *“I am out of touch with the outside world, I am now confined to the limitations of my existence”* என்றது சங்கடம் தருவதாக இருந்தது.

அடுத்த ஆண்டும் மீண்டும் சா.க.வுடன் ‘நடந்தாய் வாழி காவேரி’ காலச்சுவடு பதிப்பை எடுத்துச் சென்றேன். அவர்களுக்குப் பூரண நிறைவு. எனக்குள் இருந்த பெரும் பதற்றம் தணிந்து ஆசுவாசம் அடைந்தேன்.

மூன்றாவது முறையாக அந்த வீட்டிற்கு அஞ்சலி செலுத்தச் சென்றபோது வாசலிலேயே கிருஷ்ணமூர்த்தி அவர்கள் நின்று கொண்டிருந்தார். 94 வயது. என்னை அறிமுகப்படுத்திக்கொள்ள முயன்றேன். ‘தெரியும்’ என்றதும் வெட்கமாக இருந்தது. ஒவ்வொரு முறை புதிய நண்பர்களை மீண்டும் பார்க்கும்போது பேந்தப் பேந்த முழிப்பது என் வழக்கம்.

‘வாசகர் வட்டம்’ காங்கிரஸ் மனோபாவமும் தமிழ்ப்பற்றும் கொண்ட பிராமணர்களை உள்ளடக்கிய வட்டமாக இருந்திருக்க வேண்டும். திமுகவின் எழுச்சிக்கும் பிராமணர்கள் தமிழ்ப்பற்று இல்லாதவர்கள் என்று அதனுடன் எழுந்த குற்றச் சாட்டிற்கும் விழிப்புணர்வுகொண்ட ஒரு சபையின் நேர்கொண்ட எதிர் வினை என ‘வாசகர் வட்ட’த்தைப் பார்க்கலாம். தமிழ்ப் பண்பாட்டிலுள்ள முரண்பாடுகளும் எதிர்வினைகளும் இதைப் போல ஆழமான பங்களிப்பை முன்வைப்பவையாக இருக்கும் போது பண்பாடு வளம் பெறுகிறது; வக்கிரமானவையாக வெளிப்படும்போது சீரழிகிறது.

“முற்றிலும் எதிர்பாரர்த மரணம்” என்றார் திரு. கிருஷ்ண மூர்த்தி. அவரது சுயகட்டுப்பாட்டையும் மீறி கண் கலங்கிக்

கொண்டேயிருந்தது. 83 வயதுவரை வாழ்ந்த லக்ஷ்மி அவர்கள் நிறை வாழ்வு வாழ்ந்திருப்பதாக நமக்குத் தோன்றலாம். ஆனால் மரணம் எப்போதுமே நெருக்கமானவர்களுக்கு எதிர்பார்த்த ஒன்றாக இருப்பதில்லை போலும். கிட்டத்தட்ட எழுபது ஆண்டு காலத் துணைவியை இழப்பது எப்படி இருக்கும் என்பதை நினைத்துப் பார்க்க முடியவில்லை.

உணர்ச்சிப் பெருக்கு

ஒருவரின் வெளிப்பாட்டில் ஈரமும் உணர்ச்சியும் வெளிப் பட்டவுடனேயே மூளையில் சந்தேகத்தின் மின்னல் வெட்டத் துவங்கிவிடுகிறது. இவ்வாறு ஆகியிருக்கக் கூடாது. சக மனித னிடம் இருந்து வெளிப்படும் ஈரமும் உணர்ச்சியுமே வாழ்வுக்கு நம்பிக்கை அளிக்கும் ஆதாரமாக இருக்கவேண்டும். அவ்வாறு இல்லாமல் போனதற்குத் தமிழில் கடந்த நூற்றாண்டில் உருவான மேடைக் கலாச்சாரமும் வெகுஜன எழுத்தும் சினிமாவுமே காரணம் என்று நினைக்கிறேன். இப்போதெல்லாம் உணர்ச்சிப் பெருகத்துவங்கியதுமே எங்கே துளை போட்டு ஆன்மாவை ஜேப்படி அடிக்கப் போகிறார்களோ என்ற எச்சரிக்கை உணர்வு மேலோங்குகிறது. எழுத்தில் ஈரம் பசையைப் போல ஒழுகி பக்கங்களைத் தொடவே பிசுக்கென்றிருக்கும்போதும், வாழ்வில் எழுத்தாளரின் அகம் சுயநலத்தில் வறண்ட பாலையைப் போல இருக்கிறது.

தமிழ் உணர்ச்சிப் பெருக்கெடுப்பில் எழுதப்படும் அஞ்சலிக் கட்டுரைகள், கவிதைகள்போல் என் நெஞ்சைக் கல்லாக்குபவை எவையும் இல்லை. ‘செத்தாரைச் சாவார் சுமந்து’ என்று உரித்து வைத்த மரபா இது? ஆனால் அச்சில் வந்த அஞ்சலிக் கட்டுரை களில் ராஜமார்த்தாண்டனுக்கு அமைந்தவை சிறப்பானவை. போலித்தனத்தின் சாயைகூடப் படியாதவை. தினமணி கதிரில் (14.06.09) யூமா. வாசுகி எழுதிய ‘மேன்மை பளிச்சிடாத எளிமை’ ஒரு பக்கக் கட்டுரையைத் தனித்துக் குறிப்பிட வேண்டும். உணர்ச்சிக் கொந்தளிப்பில் நத்தையின் தடம்போல ஈரத்தை இழையவிட்டு எழுதப்பட்ட கட்டுரை. எந்த மின்னல்வெட்டும் இல்லாமல் படிக்க முடிந்தது. மார்த்தாண்டனின் இன்னொரு முகத்தைப் பலருக்குக் காட்டியது. அம்முகத்தை இனி அறிய முடியாத ஏக்கத்தையும் ஏற்படுத்தியது.

இதழ் 116, ஆகஸ்டு 2009

11

ஆழ்மனதின் நீரோட்டம்

நமது பகுத்தறிவுக்கு அப்பாலான விஷயங்களை விளங்கிக்கொள்வது எப்படி? பகுத்தறிவுவாதிகளுக்கும் அல்லாதவர்களுக்கும் வாழ்வின் கணிசமான நிகழ்வுகள் பகுத்தறிவால் விளங்கிவிடக் கூடியவை அல்ல. உள்ளுணர்வின் வழிகாட்டுதலை – மனிதர்களை எதிர்கொள்ள, நிகழ்வுகளைப் புரிந்துகொள்ள – ஏற்றுக்கொண்டே அன்றாட வாழ்வில் பலரும் எதிர்வினை புரிகிறோம். ஒருவரைப் பார்த்த உடன் எதிர்மறை உணர்வுகள் ஏற்படுவதும் மற்றொருவரைப் பார்த்ததும் நட்புணர்வு தோன்றுவதும் இயல்பு. ஒரு பொருளை, ஒரு எழுத்தைப் பார்த்ததும் சில வினாடிகளில் அசல், போலி என்ற எண்ணம் ஏற்படுகிறது. புத்தகக் கடைகளில் நூல் நிலையங்களில் நூல்களைப் புரட்டும்போது அவை பற்றிய மதிப்பீடுகளும் அவ்வாறு ஏற்படுவதுண்டு. இவ்வுணர்வுகளை நாம் விளங்கிக்கொள்வதில்லை எனினும் அதன் வழிகாட்டுதலை ஏற்றுக்கொள்கிறோம். மனித அறிவின் பெரும் பகுதி ஆழ்மனதில் கிடக்கிறது; இந்த ஆழ்மனதின் செயல்பாடே உள்ளுணர்வாகிறது என்பது ஒரு விளக்கம்.

கடந்த ஆண்டு குடும்பத்தினருடன் கேரளத் தென்கோடியில் கடற்கரை அருகே காயல் பகுதியிலிருக்கும் ஓய்வு விடுதியில் இருந்தேன். கடலில் மிதக்கும் குடிலில் என் சகோதரி குடும்பத்தினரும், கரையில் ஒரு குடிலில் நாங்களும். கடைசி நாள் மாலை மிதக்கும் குடிலில் பேசிக்கொண்டிருந்தோம். காயலையும் கடலையும் பார்க்க முடிந்தது. இரண்டும் கலந்து விலகிக்கொண்டிருந்தன. கேரளத்தின் சில பகுதிகளில் மழையால் வெள்ளம் ஏற்பட்டிருந்தது அன்றைய செய்தி. மிதக்கும் குடில், அலைகளின் அசைவில் கரையோடு பிணைக்கப்பட்டிருந்த கயிற்றை லேசாக வெட்டி இழுத்துக்கொண்டிருந்தது.

இரவு எங்கள் குடிலுக்குச் சென்றுவிட்டேன். அதிகாலை மூன்றரை மணிக்கு விழித்தேன். மனம் ஏனோ

கலங்கிக்கொண்டிருந்தது. சகோதரி குடும்பத்தினர், குறிப்பாகக் குழந்தைகள், பாதுகாப்பாக இல்லை என்று தோன்றியது. 'பகுத்தறிவுக்கு'ம் புறம்பான அந்த எண்ணத்தை ஒதுக்கிவிட்டுத் தண்ணீர் குடித்துவிட்டுப் படுத்துக்கொண்டேன். தூங்க முடிய வில்லை. புத்தகத்தை எடுத்துப் புரட்டத் தொடங்கினேன். அரைமணி நேரத்தில் கதவு தட்டப்பட்டது. சகோதரியும் குடும்பத்தினரும். அதிகாலையில் அலைகள் வேகமடைய கயிறு கள் அறுந்து தெறிக்க, குடில் நீரோட்டத்தில் போய்விடக்கூடிய நிலையில் ஊழியர்கள் படகில் சென்று இவர்களைக் கரை சேர்த்திருக்கிறார்கள்.

மானுடப் புரிதலின், அறிதலின் சாத்தியங்களை மிகப்பரந்த வீச்சோடு நாம் அணுகிப் புரிந்துகொள்ள வேண்டிய அவசியம் இருக்கிறது. புரிதலுக்கு, அறிவியலும் பகுத்தறிவும் பயன்படுவது சிறப்பு. இக்கருவிகளின் வரையறைக்கு ஏற்ப புரிதலை வெட்டிச் சிதைப்பது அபத்தம்.

நேர்காணல்

வண்ணதாசன், *தீராநதி* ஜூலை 2008. சந்திப்பு அய்யனார். 'தோட்டத்திற்கு வெளியிலும் சில பூக்கள்' என்ற வண்ணதாச னின் சிறுகதைத் தொகுதிக்கு சு.ரா. எழுதிய முன்னுரை பற்றி வண்ணதாசன் மனம் திறந்து, பக்குவத்துடன் பேசியிருக்கிறார். அந்த முன்னுரை தமிழ் இலக்கிய வரலாற்றில் முன்னோடியும் பின்னோடியும் இல்லாதது. முன்னுரை என்பதாலேயே பாராட்ட வேண்டும் என்ற தமிழ்மரபு முற்றிலும் மீறப்பட்ட நிகழ்வு அது. அஞ்சலிக் கட்டுரை என்றாலே பாராட்ட வேண்டும் என்ற தமிழ் மரபை – மரபை மீறுவதையே தொழிலாகக் கொண் டிருந்த – மீறிய பெரியாரின் கட்டுரைகள் நினைவுக்கு வருகின் றன. இந்த மீறல் சாத்தியப்பட்டதற்கு வண்ணதாசனும் காரணம். தன்னிடம் ஒரு படைப்புக் கேட்டு பெறப்பட்டாலோ அல்லது தான் ஒரு மூத்த எழுத்தாளர் என்பதாலோ அதைப் பிரசுரிக்க வேண்டும் என்ற எண்ணம் சிறிதும் இல்லாதவர் சு.ரா. படைப் பைத் தன்னளவில் மதிப்பிட அனுமதி மறுக்கும் தன்னம்பிக்கை யற்ற படைப்பாளிகள், அதன்மீது ஏற்றும் அதிகாரங்கள், கோரும் சிறப்புச் சலுகைகள் பற்றிய தன் கண்டனத்தையும் அவர் பலமுறை வெளிப்படுத்தியிருக்கிறார். எனவே வண்ண தாசனுக்கு முன்னுரையை அனுப்பும்போதும் அதைக் கேட்டுப் பெற்றுவிட்டதாலேயே பிரசுரிக்க வேண்டும் என்ற கட்டாயம் இல்லையென்றும், பிரசுரிக்காவிட்டால் தனக்கு வருத்தம் ஏதும் ஏற்படாது என்றும், அவரது வழக்கப்படி, வண்ணதாசனுக்குக்

கடிதம் எழுதியிருந்ததாக என்னிடம் சு.ரா. கூறியிருக்கிறார். இருந்தும் வண்ணதாசன் அதைப் பிரசுரித்திருக்கிறார். முன்னுரையில் இடம்பெற்ற சில விமர்சன வார்த்தைகள்கூட முன்னுரையாளரின் அனுமதியின்றி நீக்கப்பட்டதற்கும், பாராட்டாகத் திருத்தப்பட்டதற்கும் தமிழில் பல உதாரணங்கள் உண்டு. அத்தகைய அபத்தம் எதுவும் இம்முன்னுரைக்கு நேரவில்லை.

இத்தகைய ஒரு முன்னுரையை அவர் எழுதியதற்கு என்ன காரணம்? புதுமைப்பித்தனைப் பற்றி சு.ரா. எழுதிய வார்த்தைகளில் அதற்குரிய பதில் இருப்பதாகத் தோன்றுகிறது.

> புதுமைப்பித்தன் எழுதிய மதிப்புரைகளைப் படிக்கும்படி இளம் எழுத்தாளர்களுக்கு நான் சிபாரிசு செய்கிறேன். அவ்வளவு கறார்த்தன்மை மதிப்புரைகளுக்கு வேண்டுமா என்ற கேள்வியின் முன் என் முதுமை என்னைக் கொண்டு போய்ச் சேர்த்திருக்கிறது. லட்சிய வாதம், ஜீவத்துடிப்புடன் இலக்கிய வெளியில் பரவிநின்ற காலம். அப்போதும் அவ்வளவு கண்டிப்புப் புதுமைப்பித்தனுக்கு! முளையில் கிள்ளாத களை, பயிரை அழித்துவிடும் என்ற கவலை அவனுக்கு. இன்றோ திரும்பிய இடமெல்லாம் பொய்ச் சிரிப்பு. பொய்ப் பாராட்டு. இச்சகம். இவற்றை உண்டு ஒரு இளம் படைப்பாளி தன்னை வளர்த்துக்கொள்ள முடியுமா?

சு.ராவின் முன்னுரையை மறுபதிப்பில் நீக்கிய ஒரே எழுத்தாளர் அல்ல வண்ணதாசன். தோப்பில் மீரானின் 'கூனன் தோப்பு' நாவலுக்கு சு.ரா. எழுதிய முன்னுரையை 'அடையாளம்' பதிப்பில் காணவில்லை. எழுத்தாளர் முடிவா? அல்லது பதிப்பாளர் முடிவா?

அருட் சங்கமம்

> **உனது கசந்த, திருகலான பொய்களால்**
> **வரலாற்றில் என்னைக் கீழ்மைப்படுத்தி எழுதிவிடலாம்,**
> **என்னைப் புழுதியில் தள்ளி மிதித்துவிடலாம்**
> **ஆனால் இருந்தும், புழுதியைப் போல், நான் எழுவேன்.***

நக்கீரன் 06.06.09 இதழில் அருட் தந்தை ஜெகத் கஸ்பர் சென்னை சங்கமம் எதிர்கொண்ட விமர்சனங்களைப் பற்றிப் பொரிந்து தள்ளியிருக்கிறார்.

---

* 'இருந்தும் நான் எழுதுகிறேன்', மாயா ஏஞ்சலோ.

அதில் *காலச்சுவடு* பற்றி அவர் குறிப்பிட்டிருப்பது:

"பயணங்களின்போது நான் தேடிப் பணம் கொடுத்து வாங்கிப் படித்து வந்த பத்திரிகை *காலச்சுவடு*. அவர்கள் சென்னை சங்கமத்தை ஜீரணிக்க முடியாமலும் நாலு வார்த்தை பாராட்டாதிருந்தால் தனது நடுநிலை முற்போக்கு முலாம் சேதாரப்பட்டுவிடுமோ என்ற ஜாக்கிரதை உணர்விலும் பட்டிருந்த அவஸ்தை பரிதாபமாய் இருந்தது."

*காலச்சுவடு*க்கு என்றைக்குமே 'முற்போக்கு முலாம்' இருந்த தில்லை அருட் தந்தையரே. அதைப் பற்றிக் கவலைப்படாமல் இயங்கும் இதழ் *காலச்சுவடு*. எந்த ஒரு நிகழ்விலும் பற்பல பரிணாமங்களை வெளிப்படுத்துவதும் விமர்சிப்பதும் இலக்கியப் பின்புலத்திலிருந்து உருவாகிவந்த இந்த இதழின் அடிப்படைப் பண்பு. அருட் தந்தை தேடித் தேடிப் படித்த *காலச்சுவடி*ன் இந்த ஆதாரமான அம்சம் அவருக்குத் தெரியாமல் போனது துரதிர்ஷ்டம். பாராட்டு அல்லது எதிர்ப்பு, கறுப்பு அல்லது வெள்ளை, எதிரியா அல்லது நண்பனா, கடவுளா அல்லது சாத்தானா, புனிதனா அல்லது பாவியா என்ற அணுகுமுறை குருமார்களுடையது. புனிதர்களில் சாத்தானின் சாயலையும் சாத்தானில் விவேகத்தின் இருப்பையும் முகிழ்ந்தெடுக்கும் பார்வை இலக்கியத்தின் அடிப்படை.

சென்னை சங்கமம் பற்றி *காலச்சுவடு*க்கு அவஸ்தை எதுவும் இருக்கவில்லை. சென்னை சங்கமத்தைத் திறந்த மனதோடு வரவேற்று, பாராட்ட வேண்டியவற்றைப் பாராட்டி, விமர்சிக்க வேண்டியவற்றை விமர்சித்ததோடு மட்டுமன்றி சென்னை சங்கமம் சந்தித்த மூடத்தனமான எதிர்ப்பையும் கருத்தியல் அடிப்படையில் எதிர்கொண்டது *காலச்சுவடு*. ஆனால் *காலச்சுவடி*ன் விமர்சனங்களைப் பரிசீலிக்கும் முதிர்ச்சி அருட் தந்தையிடம் இல்லை. அவற்றைப் புறக்கணிக்கவும் அவரால் முடியவில்லை. சென்னை சங்கமத்திற்கு எதிர்நிலையில் *காலச்சுவடு* நிற்பதாக ஒதுக்கவும் முடியவில்லை. இதுதான் உண்மையான அவஸ்தை. ஆண்டுதோறும் சென்னை சங்கமத்தை ஒட்டி வெடிக்கும் சர்ச்சைகளிலிருந்து *காலச்சுவடு* விலகி நிற்பது அருட் தந்தைக்கு மிகுந்த ஏமாற்றத்தைக் கொடுத்திருக்கும். அவற்றில் நாங்கள் ஈடுபட்டிருந்தால் 'எதிரி' என்ற அடைமொழியில் எங்களை அடக்கிவிட்டு நிம்மதியாக இருந்திருக்க அவரால் முடியும். இப்போது முடியவில்லை என்பது தெளிவு.

காலச்சுவடு சென்னை சங்கமத்தை எவ்வாறு எதிர்கொண்டது என்பதைப் பார்ப்போம்.

சென்னை சங்கமம் அறிவிக்கப்பட்ட மார்ச் 2007இல் 'மக்களை நாடும் கலை' என்ற தலையங்கம் ஒன்றைக் *காலச்சுவடு* எழுதியது. அத்தகைய தலையங்கம் எழுதிய ஒரே தமிழ் இதழ் *காலச்சுவடு*. இது எங்கள் அஜீரணத்தின் முதல் வெளிப்பாடு. அதைப் படித்துப் பாருங்கள். எங்களுடைய 'அவஸ்தை' உங்களுக்குப் பிடிபட்டுவிடும்.

> சென்னை சங்கமம் என்ற பெயரில் தமிழ் மையம் அமைப்பினால் பிப்ரவரி 20 முதல் 26வரை பற்பல கலை நிகழ்ச்சிகளுக்கு ஏற்பாடு செய்யப்பட்டுள்ளது. தமிழ் மையம், பொது நூலகத் துறை, சுற்றுலா மற்றும் பண்பாட்டுத் துறை ஆகிய அமைப்புகள் இந்நிகழ்வை நடத்துகின்றன.
>
> தமிழரின் நாட்டுப்புறக் கலைகளான தப்பாட்டம், ஒயிலாட்டம், கரகாட்டம், மயிலாட்டம், புலியாட்டம், பொய்க்கால் குதிரை, வள்ளி திருமணம், பவளக் கொடி ஆகிய தமிழின் அந்தக் கால மேடை நாடகங்கள், சஞ்சய் சுப்ரமணியம், பாம்பே ஜெயஶ்ரீ, அருணா சாய்ராம் போன்ற கர்நாடக இசைக் கலைஞர்களின் நிகழ்ச்சிகள், கூத்துப் பட்டறை, மேஜிக் லேன்டர்ன் போன்ற நவீன நாடகக் குழுக்களின் நிகழ்ச்சிகள், மேற்கத்திய இசை நிகழ்ச்சிகள், ராக் இசை நிகழ்ச்சிகள் நடத்தப்பட உள்ளன. இதனோடு தமிழ்க் கவிஞர்கள், எழுத்தாளர்கள் பங்கு பெறும் கவிதை நிகழ்வுகளும் கதை சொல்லும் நிகழ்வுகளும் நடத்தப்பட உள்ளன. சுருக்கமாகச் சொன்னால் சென்னை சங்கமம் ஒரு மாபெரும் பண்பாட்டுத் திருவிழா.
>
> இந்த நிகழ்வுகள் சில உள்ளரங்குகளில் நடத்தப்படுவதோடு சென்னையிலுள்ள கோயில்கள், பூங்காக்கள், கடற்கரை ஆகியவற்றிலும் தெருக்களிலும் நடத்தப்படுவது இதன் சிறப்பம்சம். இது ஒரு முக்கியமான பண்பாட்டுச் செயல்பாடு. 'இரண்டாயிரம் வருடத் தமிழ் மரபின் செழுமையாய் விளைந்த நம் மரபுக் கலைகளையும் கவிதைச் செல்வத்தையும் மீட்டெடுத்து அதனை மறுபடியும் மக்களிடம் கொண்டுசேர்க்கும்' நோக்குடன் நடத்தப்படும் இந்த நிகழ்வைத் தமிழ் மையம், 'திருவிழா நம்ம தெருவிழா' என்று மிகப் பொருத்தமாகவே குறிப்பிடுகிறது. இந்நிகழ்வு இனி ஆண்டுதோறும் பொங்கலையொட்டி நடத்தப்படவிருப்பதாகத் தெரிகிறது. சென்னையிலுள்ள கலை – பண்பாட்டு நிகழ்வுகளில் டிசம்பர் இசைத் திருவிழாக்கள், ஜனவரி புத்தகச் சந்தை ஆகியவற்றோடு இந்தக் கலை நிகழ்வும் இணைகிறது. நகர்ப்புறத் தமிழருக்கு அவர்கள்

மறந்து கைவிட்ட அவர்களுடைய கலைகளை மீண்டும் அவர்கள் இருக்கும் இடத்திலேயே கொண்டுசேர்ப்பதில் 'சென்னை சங்கம'த்தின் ஆதார முக்கியத்துவம் அமைந் துள்ளது.

இந்தச் சென்னை சங்கமம் நிகழ்வுக்கு மூலகாரணமாக இருந்து நடத்துகிற கவிஞர் கனிமொழி, அருட்தந்தை ஜகத் கஸ்பர் மற்றும் பங்களிக்கும் அனைவருக்கும் *காலச்சுவடு* தனது மனமார்ந்த ஆதரவையும் பாராட்டுதல் களையும் தெரிவித்துக்கொள்கிறது.

பின்னர் 2007 ஏப்ரல் இதழில் 'கவர் ஸ்டோரி' சென்னை சங்கமம். சுமார் 20 பக்கங்களுக்கு உள்ளே பதிவுகள். பற்பல நிகழ்ச்சிகளைப் பதிவு செய்ய எங்களிடம் போதுமான ஆட்பலம் இல்லாத நிலையில் நண்பர்களையும் பல நிகழ்ச்சிகளுக்கு அனுப்பியிருந்தோம். இது அஜீரணத்தின் இரண்டாவது வெளிப்பாடு.

இக்காலகட்டத்தில் சென்னை சங்கமம் கடும் விமர்சனத் திற்கு உள்ளாகியது. இந்த விமர்சனங்கள் எதுவும் *காலச்சுவடி*ல் இடம்பெறவில்லை. மேலும் இத்தாக்குதல்கள் எனக்குக் *காலச் சுவடு* நடத்திய 'தமிழ் இனி 2000' நிகழ்வு எதிர்கொண்ட புறக்கணிப்புகளையும் தாக்குதல்களையும் நினைவுபடுத்தியது. இந்த நினைவுகளோடு மே 2007 இதழில் 'சாதனையும் எதிர் வினையும்' என்ற குறிப்பைக் *காலச்சுவடி*ல் என் பத்தியில் எழுதினேன். எல்லா சாதனைகளையும் கீழறுக்கும் மனோபாவம் தமிழ்ச் சமூகத்தில் புரையோடிக் கிடக்கிறது என்பது அப்பதி வின் அடிப்படையாக இருந்தது.

மேற்படி பதிவுகளைச் செய்தோம் என்பது மட்டுமல்ல, சென்னை சங்கமத்தை நடத்திய அமைப்பாளர்களோடு எந்தத் தொடர்பும் வைத்துக்கொள்ளாமல் சுதந்திரமாக இதைச் செய் தோம். அதிகாரத்தின் இருப்பில் தொடங்கி அதிகாரத்தின் முடிவோடு மரித்துப்போகும் செயல்பாடுகளுக்கும் *காலச்சுவடு*க் கும் எட்டாத் தொலைவு. எதிர்பார்ப்புகளும் உள்ளுறைகளும் இல்லாத இத்தகையதொரு செயல்பாட்டை அதிகாரத்திற்கு உடுக்கடிக்கும் புனிதர்களால் புரிந்துகொள்ள முடியும் என்று தோன்றவில்லை.

இன்று மூன்று ஆண்டுகளுக்குப் பிறகு அருட்தந்தை பீறிட் டிருப்பதன் காரணம் புதிரானது அல்ல, ஆனால் முக்கியமானது. *காலச்சுவடு* பதிவுகளில் சென்னை சங்கம நிகழ்வுகள் பற்றி வெளிப்பட்ட பண்பாட்டு அடிப்படையிலான விமர்சனங்கள்

பற்றிய அருட்தந்தையின் சகிப்பின்மை. அருட்தந்தை அதிகாரத் துடன் இணையும்போது உருவாகும் செயல்பாடுகளைப் பரிசீலிக்கக்கூடாது, மாறாக 'ஸ்தோத்திரம்' மட்டுமே சொல்ல வேண்டும் என்ற எதிர்பார்ப்பு. அன்றே எங்களது பதிவுகளுக்கான அவரது எதிர்வினையைப் பெற அருட்தந்தையை அணுகிய போது அவர் தவிர்த்துவிட்டார். அவரிடம் பதில் இல்லை என்பதைப் புரிந்துகொண்டோம். அந்த இயலாமை இன்று வெடித்திருக்கிறது. இனி காயம் ஆறிவிடும். ஆமென்.

சமூக எதிர்வினைகளைச் சாதாரண மானிடர்களைப் போலவே கசப்பும் வெறுப்புமாக எதிர்கொள்ளும்போது 'அருட் தந்தை' போன்ற பட்டங்களைத் துறந்துவிட்டு எழுதலாம். செம்மறி ஆட்டுக்குட்டியைக் கட்டிப்பிடித்து நிற்கவல்ல அந்த யூதத் தச்சனின் நற்பெயருக்கு களங்கம் ஏற்படுத்தாமல் இருப்பது முக்கியம்.

மூன்று அங்கீகாரங்கள்

ராஜமார்த்தாண்டன் பற்றிய எனது அஞ்சலிக் கட்டுரை யில் சேர்க்க வேண்டுமென நினைத்த ஒரு செய்தி விடுபட்டு விட்டது. எந்தச் சபையிலும் அங்கீகாரத்தைக் கோராத ஆளுமையை இயல்பாகக்கொண்ட ராஜமார்த்தாண்டனுக்குக் கிடைத்த மூன்று அங்கீகாரங்கள் அவருக்கும் அவர்பால் அன்பு கொண்டவர்களுக்கும் மனநிறைவைத் தந்திருக்கும். ஒன்று அவரது படைப்புகள் பலவற்றைத் 'தமிழினி'ப் பதிப்பகம் விரும்பி வெளியிட்டமை. இரண்டு 'உயிரெழுத்து' இதழ் அவருக்கு வெளியிட்ட சிறப்பிதழ். மூன்று 'நெய்தல்' நடத்திய 'ராஜமார்த்தாண்டன் 60' நிகழ்ச்சி. ராஜமார்த்தாண்ட னுக்கு வாழுங்காலத்தில் கிடைத்த இந்த அங்கீகாரங்கள் முக்கியமானவை.

இதழ் 117, செப்டம்பர் 2009

12

வட்டமேசை

கேரளத்தில் குழந்தை இலக்கியத்திற்காக உருவாக்கப்பட்ட KSICL அமைப்பு பதிப்பாளர்களுக்கான ஒரு வட்டமேசைச் சந்திப்பை டிசம்பர் 20 – 22 தேதிகளில் ஒழுங்கு செய்திருந்தது. ஆங்கிலம் உள்ளிட்ட இந்திய மொழிப் பதிப்பாளர்களிடையே பரஸ்பர மொழிபெயர்ப்புப் பரிவர்த்தனைகளை ஊக்குவிப்பதற்கான சந்திப்பு. அசாம், மகாராஷ்டிரா, தில்லி, மத்தியப் பிரதேசம், ஒரிசா போன்று இந்தியாவின் பல பகுதிகளிலிருந்தும் சுமார் இருபத்தைந்து பதிப்பாளர்கள் கலந்துகொண்டார்கள். கேரளத்திலிருந்து சிந்தா பதிப்பகம் – இது மார்க்சிய கம்யூனிஸ்ட் கட்சியின் பதிப்பகம் – கலந்துகொண்டதும் தனது உரிமைக்குரிய எழுத்துகளை அங்கு மொழிபெயர்ப்பு உரிமை விற்பனைக்காக முன்வைத்ததும் இத்தகைய ஒரு முயற்சி கம்யூனிஸ்ட் ஆட்சியில் நடைபெறுவதும் முக்கியமானவை. இச்சந்திப்பில் அதிக மொழிபெயர்ப்பு உரிமைகளை விற்பனை செய்தது KSICL நிறுவனம்தான். மலையாள நாளிதழ்களில் இது முக்கியச் சாதனையாகக் குறிப்பிடப்பட்டது. வட்டமேசையின் நடுவில் காப்புரிமைச் சின்னமான © நுண்கலைஞர் ஒருவரால் பெரிதாக வடிவமைக்கப்பட்டு முன்னிறுத்தப்பட்டிருந்தது. துரதிருஷ்டவசமாகத் தமிழ்ச்சூழலில் எல்லாக் காப்புரிமைகளையும் பொதுவுடைமையாக்கும் நோக்கமும் காப்புரிமை பற்றிய அபத்தமான புரிதல்களும் – குறிப்பாக இடது சாரிகளிடம் – இருந்துவருகின்றன.

கேரள அரசு நிறுவனத்தின் இந்த நிகழ்விற்கு அழைக்கப்பட்டு ஆர்வத்துடன் கலந்துகொண்டேன். இந்திய மொழிகளிடையேயான மொழிமாற்றங்களை ஊக்குவிப்பதற்காக உருவாக்கப்பட்ட 'நேஷனல் புக் டிரஸ்ட்' போன்ற மத்திய அரசு நிறுவனங்கள் செய்யத் தவறிய பணியைக் கேரள அரசின் KSICL நிறுவனம் தொலைநோக்கோடும் தேசியப் பார்வையுடனும் மேற்கொண்டுள்ளது. தொலைவிலிருந்து வந்த பதிப்பாளர்

களுக்கு விமானப் போக்குவரத்துச் செலவையும் தங்கும் வசதியையும் அரசே வழங்கியது. இம்முயற்சிக்காக KSICLஇன் இயக்குநர் ரூபின் டி குருசையும் கல்வி அமைச்சர் எம்.ஏ. பேபியையும் எவ்வளவு பாராட்டினாலும் தகும்.

மூன்று நாட்கள் நடந்த இந்தச் சந்திப்பில் எந்த அரசியல் வாதியும் எட்டிக்கூடப் பார்க்கவில்லை; தலைவர்கள் தங்களுடைய படைப்புகளுக்கான மொழிபெயர்ப்புகளை வலுக்கட்டாயமாக விற்க முயலவில்லை. இ.எம்.எஸ் முதல் அச்சுதானந்தன் வரையிலானவர்களின் எழுத்துக்கள் பிற மொழிப் பதிப்பாளர்கள்மீது திணிக்கப்படவில்லை. இந்நிகழ்விற்கு அத்தகைய உள்நோக்கம் இருக்கவில்லை. அவ்வாறு செயல் படாதமைக்காக நிகழ்ச்சி அமைப்பாளர்கள் யாரும் பின்னர் தலைவர்களால் வசைபாடப்படுவார்கள் என்றும் தோன்றவில்லை.

சந்திப்பு நடைபெற்ற அற்புதமான கனகக் குன்று அரண்மனை அருகில் நடந்த புத்தகச் சந்தையில் கவிஞர் சுகுமாரனுடன் சுற்றிக்கொண்டிருந்தபோது *Leftword* அரங்கில் கேரள நிதி அமைச்சர் தாமஸ் ஐசக் அவர்களைச் சந்தித்தேன். தனியாக நின்று புத்தகங்களைப் பார்த்துக்கொண்டிருந்தார். புத்தகச் சந்தை அமைப்பாளர்கள், துப்பாக்கி ஏந்திய கரும்பூனைகள், கட்டியம் சொல்லும் கூட்டம், வாய்பொத்திப் பின்தொடரும் ஜால்ராக்கள் யாரும் இல்லை. *Leftword* பதிப்பாளர் சுதன்வா தேஷ்பாண்டே அவருடைய வழக்கமான உடல்மொழியுடன் சகமனிதரிடம் பேசுவதைப் போலவே அமைச்சருடன் பேசிக் கொண்டிருந்தார்! குனிவு, குழைவு எதுவுமே இல்லை. அவர்களைப் பார்த்தால் நிலவுடைமைக் காலத்தைக் கடந்து வந்து நவீன ஜனநாயக உலகில் வாழ்பவர்களைப்போலத் தோன்றியது. என்னையும் அமைச்சரிடம் அறிமுகப்படுத்திவைத்தார். சுமார் 15 ஆண்டுகளுக்கு முன்னர் பேராசிரியராகத் திருவனந்தபுரம் CDSஇல் அவர் பணியாற்றிய காலகட்டத்தில் நண்பர் சலபதியுடன் அவரைச் சந்தித்ததையும் அவர் வீட்டில் ஒரு நாள் காலை உணவருந்தியதையும் நினைவு கூர்ந்தேன். சிவகாசித் தொழிலாளர் – உரிமையாளர் உறவு பற்றிய அவரது முக்கியமான – ஆனால் நிறைவு பெறாத – ஆய்வு பற்றியும் பேசினோம். 1996இல் கேரள இடதுசாரி அரசு தொடங்கிய, மக்களுக்கு அதிகாரம் வழங்குவதற்கான 'வெகுமக்கள் இயக்க'த்தில் இணைந்த பிறகு ஆய்வுப் பணியெல்லாம் காற்றில் பறந்துவிட்டது என்றார் சிந்தித்தபடியே. பின்னர் புத்தகங்களுடன் – அவற்றைத் தூக்கிவர உடன் யாரும் இருக்கவில்லை – ஒரு வாசகராக வெளியேறினார்.

சென்னைப் புத்தகச் சந்தையில் சினிமாக்காரர்கள், சாமியார்கள், அரசியல்வாதிகள் ஆகியோரின் வருகைகளும்

அதிகார உலாக்களும் நினைவில் வந்து உறுத்தின. தமிழ்ச் சமூகம் உருவாக்கியிருக்கும் ஒப்பீட்டளவில் அதிக ஜனநாயக மும் சமத்துவமும் மிளிரும் வெளிகளில் ஒன்று சென்னைப் புத்தகச் சந்தை என்பதையும் நினைவில் கொள்ள வேண்டும்.

பயணம்

கடந்த நாடாளுமன்றத் தேர்தல் முடிந்த பின்னர் *காலச்சுவடில்* (ஜூன் 2009) எழுதிய 'ஓட்டுப் பண்ணை 2009' கட்டுரையில் இவ்வாறு குறிப்பிட்டிருந்தேன்.

(கருணாநிதியால்) "தனது 6 மணிநேர உண்ணாவிரதத்தின் வழி ஈழத்தில் ஒரு தமிழனையும் காப்பாற்ற முடியவில்லை. அந்த உண்ணாவிரதத்தின் உண்மையான அறிவிக்கப்படாத கோரிக்கை என்னவென்பது இப்போது தெளிவு. புலிகளின் அழிவையும் பிரபாகரனின் முடிவையும் தேர்தலுக்கு முன்னர் நிகழ்த்தக் கூடாது என்பதுதான் அவருடைய அசல் கோரிக்கை."

அன்று இது ஆதாரபூர்வமான உண்மை என்பதாக அல்லாமல் அறிவார்த்தமான ஊகமாகவே இருந்தது. சமீபத்தில் ராஜபக்ஷேயின் செயலாளர் லலித் வீரதுங்க *டெய்லி மிரர்* (ஜனவரி 14) நாளிதழுக்கு அளித்த பேட்டியில் கீழ்க் காணும் செய்திகள் இடம்பெற்றுள்ளன.

"மே 2009இல் உச்சக்கட்டத்தை எட்டியிருந்த இலங்கையின் உள்நாட்டுப்போரில் தமிழ் மக்கள்மீது கடும் ஆயுதப் பிரயோகம் தொடர்ந்தால் அது மே 13 அன்று தமிழகத்தில் நடந்த நாடாளு மன்றத் தேர்தலில் தமிழகத்தில் காங்கிரஸ் – திமுக கூட்டணி யின் தோல்வியில் முடியும் என இந்தியா அஞ்சியது. எனவே தேர்தல் முடியும்வரை போர்நிறுத்தத்தை வேண்டியது. இலங்கை அதிபர் முதலில் மறுத்தாலும் பின்னர் இந்தியத் தேர்தல் காலத்தில் கடும் ஆயுதப் பிரயோகத்தைத் தவிர்த்துத் தேர்தலில் காங்கிரஸ் – திமுக கூட்டணி வெற்றிபெற இலங்கை உதவியது."

இந்தியா இலங்கைக்குக் கொடுத்த நெருக்கடி திமுக தலைவர் ஏப்ரல் 27 அன்று நடத்திய முற்பகல் உண்ணாவிரதத்தின் விளைவு என்பது தெளிவு. தமிழ் மக்களின் இறுதிப் படுகொலை யைப் பத்துநாட்களுக்குத் தள்ளிப்போட்ட பெருமை கருணாநிதிக்கே உரியது. தமிழினத் தலைவர் ஆட்சி, சிங்கள அதிபரின் ஆசிபெற்ற ஆட்சி. இதற்குக் கைமாறாகத்தான் இலங்கைக்கு எம்பிக்கள் குழுவை, பரிசுகளுடன் கருணாநிதி அனுப்பிவைத்தார். தமிழர் உரிமைகளை மீட்டெடுக்கக் கருணாநிதி மேற்கொண்டிருக்கும் நீண்ட பயணம் இன்னும் எங்கெல்லாம் இட்டுச் செல்லுமோ தெரியவில்லை.

சொரணை

தில்லி உலகப் புத்தகச் சந்தையில் மேற்கு வங்க மாநில அரசு அரங்கமொன்றை அமைத்திருந்தது. நேரம் கிடைத்த போது ஆர்வம் மேலிட இரண்டுமூன்றுமுறை சென்று பார்த்தேன். அரங்க நிர்வாகிகளுடனும் உரையாடினேன்.

முதலில் என்னை வியப்படையவைத்த விஷயம் அரங்கில் முதலமைச்சர் இளித்துக்கொண்டிருக்கும் புகைப்படம் இருக்க வில்லை என்பது. அரசு வெளியீடுகளையும் தனியார் பதிப்பக வெளியீடுகளையும் காட்சிப்படுத்தி விற்பனை செய்துகொண் டிருந்தார்கள். இது போன்ற அகில இந்திய அளவிலும் உலக அளவிலும் தமிழை முன்னிறுத்தும் பண்பாட்டுச் சொரணை யுள்ள காரியங்களில் ஈடுபடும் அரசு நமக்கு அமையும் சாத்தியம் இருப்பதாகத் தெரியவில்லை. தம்மை முன்னிறுத்தித் தமிழ்ப் பண்பாட்டை அயலில் கேலிப் பொருளாக்குபவர்கள் இல்லாத காலம் உருவானால் அதுவே முதல் பாய்ச்சலாக இருக்கும்.

தமிழக அரசுக்கு மட்டுமல்ல 'பாபாசி' போன்ற பதிப்பாளர் கூட்டமைப்புகளுக்குக்கூட இத்தகைய கனவுகள் இல்லை. இம்முறை கன்னடப் பதிப்பாளர்கள் சங்கத்திற்கு இலவச ஸ்டால் அளித்து, தங்கும் வசதியும் பிற உதவிகளையும் நேஷனல் புக் டிரஸ்ட் வழங்கியிருந்தது. இதுபோல அசாம் போன்ற வடகிழக்கு மாநிலங்களின் பதிப்பாளர்களுக்கும் பல சலுகை கள் கிடைப்பதாக அறிந்தேன். முன்னர் இந்த உலகப் புத்தகச் சந்தையில் தமிழகப் பதிப்பாளர் சங்கமொன்றிற்கு (பாபாசி அல்ல) இலவச ஸ்டால் ஒதுக்கிவந்தார்கள். அது முறையாகப் பயன்படுத்தப்படாமல் சீரழிந்தது. இவ்வாறு தேசிய அரங்கில், உலக அரங்கில் கிடைக்கும் வாய்ப்புகளை, திட்டங்களை, சலுகைகளை எவற்றையும் பயன்படுத்தாமல் 'தமிழன் ஒடுக்கப் படுகிறான்' என்று புலம்பிக்கொண்டிருப்பதில் பொருள் ஏதும் இல்லை.

விருந்தோம்பல்

கிங்பிஷர் விமானத்தில் தில்லியிலிருந்து திருவனந்தபுரம் பயணம். இரண்டாண்டுக்கு ஒருமுறை நடைபெறும் உலகப் புத்தகச் சந்தையில் கலந்துகொள்ள ஐந்தாவது முறையாகத் தில்லி சென்றிருந்தேன். பரஸ்பர மொழியாக்கங்கள் பற்றி இந்தி, கன்னடம், உருது, மராத்தி, ஆங்கிலம் ஆகிய மொழிப் பதிப்பாளர்களுடன் உரையாட முடிந்தமை மகிழ்ச்சி அளித்தது. இருப்பினும் இம்முறை புத்தகச் சந்தை கொஞ்சம் சோபை இழந்து காணப்பட்டது.

விமானத்தில் ஏறியதும் அதிபர் விஜய் மல்லையாவின் பதிவுசெய்யப்பட்ட வரவேற்புரை எல்லோரையும் வரவேற்கிறது. "உங்கள் எல்லோரையும் எங்கள் வீட்டு விருந்தினர்போல நடத்தும்படி சிப்பந்திகளைப் பணித்துள்ளேன்" என்றார் டாக்டர்(?) மல்லையா. கவனிப்பு மோசமில்லை. அன்று வான்வழியில் பல காற்றழுத்தங்களும் படபடப்புகளும். அதிக நேரமும் பயணிகள் இருக்கையிலேயே இருக்கும்படி உத்தரவு. யாரும் கழிவறைக்குச் செல்ல முடியவில்லை. இடையில் விமானம் பெங்களூருவில் தரையிறங்கியதும் நடுத்தர வயதுப் பெண்கள் கழிவறைக்குப் படையெடுத்தனர். விமானப் பணிப் பெண்கள் அவர்களை வழிமறித்தனர். 'இப்போது பாதுகாப்புத் துறையினர் வந்து சோதனை மேற்கொள்வார்கள், அதுவரை எல்லோரும் இருக்கையில் அமர' வேண்டினார்கள். பின்னர் 'இப்போது பயணிகள் விமானம் ஏறுகிறார்கள்' என்று அறிவித்து உட்கார வைத்தனர். பின்னர் கழிவறைகள் சுத்தம் செய்யப் படுவதாக அறிவிப்பு. இதற்குள் விமானம் கிளம்பும் நேரம் வந்துவிட்டது. பல பெண்கள் வாக்குவாதம் செய்தனர். பல புகார்ப் படிவங்கள் நிரப்பப்பட்டன.

விஜய் மல்லையா அவர்களின் விருந்தோம்பல் பற்றி நிறையக் கேள்விப்பட்டிருக்கிறேன். அவ்விருந்துகளில் ஒன்றுக்கு எப்போதேனும் அழைக்கப்படுவேனோ தெரியவில்லை. அத்தகைய வாய்ப்பு வந்தால் சிறுநீரகத்தைக் காலிசெய்துவிட்டுப் போகவேண்டும் என்பதை நினைவில் இருத்திக்கொள்ள வேண்டும்.

இதழ் 123, மார்ச் 2010

13

இனவாதம்

கடந்த சில ஆண்டுகளில் சில மத்தியக் கிழக்கு நாடுகளின் விமான முனையங்களில் பல மணிநேரங் களைச் செலவழித்திருக்கிறேன். எந்த நாட்டினுள்ளும் செல்லும் சந்தர்ப்பம் இன்னும் ஏற்படவில்லை. விமான முனைய அனுபவங்கள் அத்தகைய ஆர்வத்தைத் தூண்டவு மில்லை. பல சமயங்களில் மன உளைச்சலைத் தந்த அனுபவங்கள் இவை. இந்திய விமான முனைய நிர்வாகி களும் பணியாளர்களும் பாதுகாப்பு அதிகாரிகளும்தாம் உலகிலேயே பயணிகளை மிக மோசமாக நடத்துபவர் களாக இருக்க வேண்டும் என நினைத்திருந்தேன். அது அனுபவக் குறைவால் விளைந்த அனுமானம் என்பதைச் சில மத்தியக் கிழக்கு நாட்டு விமான முனைய அனுபவங் கள் உணர்த்தின. இவ்வளவு அகந்தையுடைய அதிகாரி களையும் பணியாளர்களையும் சந்திக்கக் கிடைப்பது அபூர்வம். என் பார்வையில் இத்திமிரின் அடிப்படைகள் மூன்று. 1. பணம். 2. இனம். 3. தூய இஸ்லாம்.

எனக்கு ஏற்பட்ட சில்லறைச் சிரமங்கள் கிடக்கட்டும். (இரண்டு பாட்டில் வைனைப் பறித்துக் கொண்டதை மட்டும் மன்னிக்கவே முடியாது!) விமான முனையங் களில் வகைவகையான மனிதர்களைச் சந்தித்து வந்த எனக்கு ஒரு அரேபிய நாட்டு விமான முனையத்தில் மனித மந்தையைப் பார்க்கும் முதல் வாய்ப்புக் கிடைத்தது. நேபாளிகள், பங்களாதேசிகள், தென்கிழக்கு ஆசிய இனக் குழுக்கள், பழங்குடிகள் அடங்கிய கூலித் தொழிலாளர்கள் விமான முனையத்துள் ஓட்டி வரப்பட்டார்கள். கந்தல் ஆடைகளுடன், அழுக்கடைந்து சோம்பியிருந்த மனிதர்கள் நீண்ட வரிசைகளாக டிக்கெட்டிங் கவுண்டர்கள் முன் நடுங்கியபடி நின்றனர். பயணிகள் வழக்கமாகப் புழங்கும் இடத்திலிருந்து மற்றொரு தளத்தில் இது நடந்தது. எளிய நிவாரணத்திற்காகக் கைகாட்டி விரட்டப்பட்ட இடங் களுக்கு நான் அலைபாய்ந்துகொண்டிருந்தபோது எதிர் கொண்ட காட்சி இது.

டிக்கெட்டிங் பகுதிக்கு மனித மந்தை பத்தி வரப்பட்டதும் அது வரை சிரித்து விளையாடிக்கொண்டிருந்த அரேபியர்களின் முகம் கடுகடுத்தது. வழக்கமாகப் பயணிகளை நோக்கிப் புன்னகை யுடனும் வேண்டுகோளாகத் தளுக்குடனும் உச்சரிக்கப்படும் சொற்கள் இப்போது சவுக்கடிபோல வெளிப்பட்டன. இடது கையில் ஒரு நாளிதழால் மூக்கின் முன்னால் – மந்தையரிட மிருந்து வெளிப்படும் நாற்றத்தைத் தவிர்க்க – வீசிக்கொண்டே டிக்கெட்டிங் பணிகளில் ஈடுபட்டார்கள். மந்தை மனிதர்களுக்கு எதுவுமே உறைக்கவில்லை. அவர்கள் முகத்தில் காறி உமிழ்ந் தாலும் துடைத்துக் கொள்ளாமலேயே நகர்ந்துவிடுவார்கள் எனத் தோன்றியது. இழிவுக்கு அவர்கள் பழக்கப்படுத்தப்பட் டிருந்தார்கள். இங்கிதமாக நடக்கப் பணிக்கப்பட்ட விமான முனைய அதிகாரிகளின் நடத்தையே இப்படியென்றால், உள் நாட்டில் என்ன பாடுபடுத்தப்பட்டிருப்பார்களோ!

இதுவரை எத்தனையோ லட்சம் தமிழ்த் தொழிலாளர்கள் அரேபிய நாடுகளுக்குச் சென்று திரும்பியிருப்பார்கள். இப் போதும் ஆயிரக்கணக்கானத் தமிழர்கள் அங்குப் பணியாற்றிக் கொண்டிருக்கிறார்கள். அரேபியர்களின் இனவாதமும் மதவாத மும் இவர்கள் அனைவரையும் தீண்டியிருக்கும். குறிப்பாகக் கூலித் தொழிலாளர்களை ஆழமாகச் சுட்டிருக்கும். நானும் பல கதைகளைக் கேட்டிருக்கிறேன். தமிழ் இஸ்லாமியர்களின் அனுபவம் இதில் பெரிய அளவில் வேறுபடும் எனத் தோன்ற வில்லை. தமிழ் உழைப்பாளிகளில் கணிசமானவர்களைக் கடுமை யாகப் பாதித்துள்ள இந்த இனவாதம் பற்றித் தமிழில் ஒரு சொல்கூடப் படித்ததாக நினைவில்லை. (தமிழ் இஸ்லாமிய இதழ்கள் இதுபற்றி முழு மௌனத்தைக் கடைபிடிக்கின்றன.) ஏன் நமது ‘முற்போக்கு’ இடதுசாரி /திராவிட இயக்க அறிவு ஜீவிகள் இவற்றைப் பதிவு செய்யவில்லை, விவாதிக்கவில்லை என்ற கேள்வி முக்கியமானது. இஸ்லாம் தொடர்பாக இவர் களிடமிருக்கும் விமர்சனம் தவிர்க்கும் மௌனம்தான் காரணி. அக்கறை விமர்சனத்திற்குத் தவிர்க்க இயலாமல் இட்டுச் செல்லும். சந்தர்ப்பவாத உறவு மௌனத்திற்கு வழிவகுக்கும்.

இதற்கு மாறாக ஈழத் தமிழர்கள் ஐரோப்பிய நாடுகளுக்குப் புலம்பெயர்ந்ததும் சந்திக்கநேர்ந்த இன வாதம் பற்றி இங்கும் எத்தனை விவாதங்கள், கட்டுரைகள், நூல்கள்! இந்த இரட்டை நிலை ஆய்வுக்குரியது.

அரேபிய இனவாதத்தின் வன்கொடுமையை அனுபவித்த தமிழகக் கூலித் தொழிலாளர்கள் ஒருங்கிணைக்கப்படாதவர்கள். தமது பிரச்சினைகளைப் பேசுவதால் மீண்டும் அந்நாடுகளுக்குச்

செல்லும் வாய்ப்பு பாதிக்கப்படலாம் என அஞ்சுபவர்கள். ஏற்படும் அவமானங்களைவிடக் கிடைக்கும் பொருளாதாரப் பயன்களைப் பெரிதாக நினைப்பவர்கள். தம் அனுபவங்களையும் கருத்துகளையும் பொதுவெளியில் பதிவுசெய்யும் ஆற்றலும் தொடர்புகளும் இல்லாதவர்கள். உண்மையான முற்போக்கு அறிவு ஜீவிகள் இத்தகைய குரல் அற்றவர்களுக்குத் தமது குரலை வழங்கும் நுண் உணர்வு கொண்டவர்களாக இருக்க வேண்டும். நமது அறிவு ஜீவிகளுக்கு முற்போக்கு மோஸ்தர் போக்குகளோடு ஒட்டி ஒழுகுவதிலேயே அதிக நாட்டம் என்பது தெளிவு. விளிம்பு நிலை, ஒடுக்கப்பட்டோர், உழைப்பாளி கள் என்றெல்லாம் கதைப்பது அவர்கள் வாழ்நிலையோடு அணுகிய உறவை ஏற்படுத்திவிடுவதில்லை.

மாறாக இலங்கையிலிருந்து புலம் பெயர்ந்தவர்கள் செல்வந்தர்கள் அல்ல எனினும் தாம் சந்தித்த இனவாதத்தைப் பிரச்சினைபடுத்தும் ஆற்றல்கொண்டவர்கள். அத்தோடு வெள்ளை இனவாத எதிர்ப்பு முற்போக்கு மோஸ்தருடன் பொருந்திப்போவது. எந்த இழப்புகளையும் ஏற்படுத்தாதது. பல சமயங்களில் இலவச ஐரோப்பிய டூருக்கு வழி வகுப்பது மாகும்.

அரேபிய இனவாத எதிர்ப்பில் லாபங்கள் இல்லை. நம் தொழிலாளர்களால் அறிவுஜீவிகளின் மத்தியக் கிழக்கு நாடு களில் சுற்றுப்பயணத்திற்கு ஒழுங்குசெய்ய முடியாது. இவர் களோடு இணைந்து செயல்பட்டுத் தன்முனைப்புப் பேட்டை அரசியலில் இவர்கள் கரங்களை வலுப்படுத்தவும் முடியாது. ஆனால் இழப்புகள் உண்டு. இந்துத்துவ முத்திரை விழும். உள்ளூர் இஸ்லாமியக் குழுக்களின் ஆதரவு கிடைக்காது. 'முற்போக்கு' வட்டத்தின் புறக்கணிப்பு ஏற்படக்கூடும்.

நஷ்டம் ஏற்படாத இடங்களில் முஷ்டியை உயர்த்திப் பழக்கப்பட்டவர்களால் நம்பிக்கையுடனும் மன உறுதியுடனும் தடம்பதிந்த பாதைகளிலிருந்து விலகிப் பயணிக்க முடியாது. அவ்வாறு பயணிப்பவர்களே அசல்.

வாசிப்பின் பன்மை

தோப்பில் முகம்மது மீரானின் 'ஒரு கடலோர கிராமத்தின் கதை'யில் பல கவித்துவமான உருவகங்கள் உண்டு. அவை ஆங்கில வாசிப்பின் தாக்கமின்றி உருவானவை என்பதால் எனக்குக் கவர்ச்சியாக இருந்தன. ஒரு ஆணின் கண்ணும் பெண்ணின் கண்ணும் முட்டி நிற்க ஏற்படும் புரிதலை

‘சிறகோசை கேட்காத நிமிடங்கள்’ என்று வர்ணித்திருப்பார். இதன் தாக்கத்தில் ‘மௌனத்தின் சிறகடிப்பு’ என்ற தலைப்பிட்ட பத்தியைக் *காலச்சுவடி*ல் எழுதத் தொடங்கினேன். அந்தப் பத்தியும் அந்த ஆண் பெண் கண்களைப் போலவே யாருடனாவது முட்டிக் கொண்டே இருந்தது. *Polemical* தன்மைகொண்ட பத்தி. அதில் எந்த முயற்சியும் எடுக்காமல் தேடிவரும் வாசகனுக்காகத் தவம் இருந்தபடி தம்மை சி.சு. செல்லப்பாவின் வாரிசு என்று கருதிக்கொள்ளும் மனோபாவத்தை விமர்சிக்கும் முகமாக, அவர் விற்பனை சார்ந்து எடுத்த முயற்சிகளைச் சுட்டும் பொருட்டு, ‘எழுத்’தில் வெளிவந்த ஒரு விளம்பரத்தைப் பத்தியின் இடையே சான்றாகப் பிரசுரித்திருந்தேன். விளம்பரத்தில் ரூபாய் ஆறு செலுத்தி ‘எழுத்து’க்குச் சந்தா கட்டினால், ‘வாடிவாசல்’ நூல் இலவசம் என்று அறிவித்திருந்தார் செல்லப்பா. இதுபோலப் பல சலுகைகள், இலவசங்கள் அறிவிக்கும் கவர்ச்சிகரமான வாசகங்களுடன் கூடிய விளம்பரங்களை ‘எழுத்து’ இதழில் பார்க்க முடியும்.

ஒரு வாசகர் இந்த ‘விளம்பரத்தை’ சமகால விளம்பரமாகவே வாசித்துவிட்டு மிகுந்த ஆர்வம்கொண்டார். ரூ. 6க்கு 12 *எழுத்து* இதழ்கள், ‘வாடிவாசல்’ இலவசம் என்றால் ஆர்வம் ஏற்படுவது இயற்கை. திருவல்லிக்கேணி முகவரிக்கு ரூ. 6.00ஐப் பணவிடை அனுப்பினார். சி.சு. செல்லப்பாவின் முகவரி நிரந்தரமாகவே மாறிவிட்டமை அவருக்குத் தெரியவில்லை. பூவுலகில் மட்டும்தான் தபால் துறை உண்டு என்பதால் இந்தப் பணவிடை அவரிடம் திரும்பி வந்துவிட்டது. உடனே வாசகர் சி.சு. செல்லப்பாவுக்குக் கடிதம் எழுதினார். பதில் இல்லை. இன்னொரு நினைவூட்டல் கடிதம். இதற்கும் பதில் இல்லை. பின்னர் நகல்களை எல்லாம் இணைத்து செல்லப்பாவுக்கு ஒரு கூரியர். அதுவும் திரும்பிவிட்டது. இதற்குள் ஆகஸ்ட் இறுதியாகிவிட்டது. சலுகைக்குக் கடைசி நாள் செப்டம்பர் 15. வாசகர் மிகுந்த பதற்றமடைந்தார். நெருங்கின பொருள் கைப்பட வேண்டுமே! பின்னர் எல்லா நகல்களையும் இணைத்து என்னிடம் உதவி கேட்டு ஒரு அவசரக் கடிதம். எல்லாவற்றையும் படித்து விஷயத்தைப் புரிந்துகொள்ள எனக்கு அரை மணி ஆயிற்று. அவருக்குச் செய்திகளை விளக்கி யதார்த்தமாக ஒரு பதில் எழுதினேன்.

இதில் முக்கியமான விஷயம் அவர் *காலச்சுவடி*ன் யதேச்சையான வாசகர் அல்ல, சந்தாதாரர் என்பது. என் மனத்தில் *காலச்சுவடு* வாசகர்கள் எல்லாம் இலக்கிய விழிப்புணர்வு மிக்கவர்கள் என்ற நினைப்பை நான் கொண்டிருந்தால், அதை நொறுக்குவதற்கு ஒருவர் வராமலா போவார்?

கவிதை

காலச்சுவடு மார்ச் 2010 இதழில் வெளிவந்த பி.ஏ. கிருஷ்ண னின் 'இது கவிதை என்றால் நான் பராக் ஒபாமா' கட்டுரை சில ஆண்டுகளுக்கு முன்னர் *அவுட் லுக்* இதழில் படித்த குஷ்வந்த் சிங்கின் நூல் விமர்சனம் ஒன்றை நினைவுபடுத்தி யது. அப்துல்கலாமின் 'இந்தியா 2020' நூலுக்கு விமர்சனம் எழுதியிருந்தார் சிங். அப்போது அப்துல்கலாம் ஜனாதிபதி. வாஜ்பாய் பிரதமர்.

நூல் விமர்சனத்தின் கடைசி வரியின் மொழிபெயர்ப்பு இது. (என் நினைவிலிருந்து)

"அடல் பிஹாரி வாஜ்பாய் பிரதமர் ஆனதும் கவிதை எழுதுவதைத் தயைகூர்ந்து நிறுத்திவிட்டார். அவரது முன் உதாரணத்தை நமது மரியாதைக்குரிய ஜனாதிபதி பின்பற்று வது சாலச்சிறந்தது."

இதை அடுத்து கீழ்க்கண்ட விஷயங்கள் எதுவுமே நடைபெறவில்லை.

1. *அவுட் லுக்* இதழ்கள் கட்சித் தொண்டர்களால் எரிக்கப் படவில்லை.
2. குஷ்வந்த் சிங்கைக் கண்டித்து கருத்துச் சுதந்திரவாதிகள், கலக அறிவுஜீவிகள், பேராசிரியர்கள், கவிஞர்கள், பத்திரிகை யாளர்கள், கழகப் பூசாரிகள், சாமிமார்கள், அழைக்காமலே வந்த ஒட்டுண்ணிகள் ஆகியோர் மேடை ஏறியக் கண்டனக் கூட்டம் எதுவும் நடக்கவில்லை.
3. அப்துல் கலாமின் அன்பர்களோ வாஜ்பாயின் ஆதர வாளர்களோ குஷ்வந்த் சிங்கைக் கண்டித்து ஒரு சொல்லும் பேசவில்லை, எழுதவில்லை.
4. வாரியல், செருப்பு சகிதம் தொண்டர்கள் சிங் வீட்டிற்குப் படையெடுக்கவில்லை.
5. *அவுட் லுக்* இதழில் குஷ்வந்த் சிங் இன்றுவரை எழுதிக் கொண்டிருக்கிறார். பத்திரிகை நிர்வாகம் அவரைக் கழற்றிவிடவில்லை.
6. இணையதளங்களில், புலனாய்வு இதழ்களில் குஷ்வந்த் சிங் சிறுபான்மை இனத்தவர், காலிஸ்தான் ஆதரவாளர், இன்ன பிற அவதூறுப் பிரச்சாரம் எதுவும் நடக்கவில்லை.
7. 'உங்கள் எழுத்தை நிறுத்திவிட அரசால் முடியும்' என்று குஷ்வந்த் சிங்கிற்கும் 'உங்கள் இதழுக்கு வரும் விளம்

பரத்தைத் தடைசெய்ய முடியும். ஏன் உங்கள் இதழையே நிறுத்த முடியும்' என *அவுட் லுக்*கிற்கும் இலக்கியவாதிகள் யாரும் கடிதம் எழுதவில்லை.

8. 'தலைப்பா கட்டிய மலைப்பா' (ம்பு) என 'இலக்கியத் தரமாக' சிங்கைக் குறிப்பிட்டு மிரட்டல் 'கவிதை'யை வாஜ்பாய் எழுதவில்லை.

ஆனால் இது நடந்ததாக நினைவு. பிறிதொரு சந்தர்ப்பத்தில் ஜனாதிபதி அப்துல்கலாம் குஷ்வந்த் சிங்கின் இல்லம் தேடிச்சென்று அவரைக் கௌரவித்துவிட்டு வந்தார்.

மேற்படிக் கட்டுரை தமிழின் மோசமான கவிஞர் யார் என்ற கேள்வியுடன் முடிகிறது. எனக்குத் தெரியாது. ஆனால் கிசுகிசு எழுத, வன்மத்தைக்கொட்ட, குடும்ப அந்தரங்கங்களை வெளிப்படுத்த, எச்சரிக்கை அனுப்ப, மிரட்ட, அவதூறு செய்ய என எல்லாவற்றிற்கும் தமிழ்க் கவிதையைப் பயன்படுத்தி அதைத் துன்புறுத்துவதில் யாருக்கு முதலிடம்? சரியான விடையைத் தருபவர்களுக்குப் புதிய தமிழக 'செட்' சபையின் வண்ணப் புகைப்படம் அன்பளிப்பாக அனுப்பி வைக்கப்படும்.

வளர்ச்சி

கடந்த பத்தாண்டுகளில் தமிழ்ப் பதிப்புலகம் கண்டிருக்கும் வளர்ச்சிக்குப் பாபாசி நடத்தும் சென்னைப் புத்தகச் சந்தையின் எழுச்சி ஒரு பிரதான காரணி. பல பதிப்பாளர்களின் உழைப்பு சென்னைப் புத்தகச் சந்தையின் வளர்ச்சிக்கு வழிவகுத்துள்ளது. சென்னைப் புத்தகச் சந்தையின் 25 ஆண்டில் (கடந்த ஜனவரியில் முடிந்தது 33ஆவது) அது ஒரு பாய்ச்சலாக முன்னேறியது. அவ்வாண்டு அதை முன்னின்று நடத்தியவர் அல்லயன்ஸ் ஸ்ரீனிவாசன். காயிதேமில்லத் கல்லூரி வளாகத்தில் அவர் விரைவு நடையில் அங்கும் இங்கும் பாய்ந்துகொண்டிருந்த காட்சியை அடிக்கடி நினைத்துக்கொள்வேன். அவ்வாண்டு திரண்ட கூட்டத்திலும் எழுந்த புழுதியிலும் பதிப்பாளர்களும் வாசகர்களும் சிக்கித் தவித்தனர். பல பதிப்பாளர்களும் பணியாளர்களும் கண்காட்சியிலிருந்து மருத்துவமனைக்குச் செல்ல வேண்டி வந்தது!

சென்னைப் புத்தகச் சந்தை ஏதேனும் ஒரு கல்லூரி/ பள்ளியின் வளாகத்தில் ஒட்டிக்கொள்ளும் காலம் ஒரு முடிவுக்கு வந்து தகுதியான மாற்று இடம் அமைய வேண்டும். பதிப்பாளர்களுக்கு ஒரு ஆண்டில் 10 நாட்கள் உரிமையுடன் நடைபோடும் இடம் வேண்டும். வளர்ந்து வரும் புத்தகச் சந்தை அடுத்த பாய்ச்சலை மேற்கொள்ள இன்னும் தகுதியான கட்டுமானங்

களும் வசதிகளும் பதிப்பாளர்களுக்கும் வாசகர்களுக்கும் அவசியம்.

ஆண்டுதோறும் நடைபெறும் தேர்தலில் பாபாசி நிர்வாகக் குழு மாறிவிடும் சாத்தியப்பாடு உண்டு என்பதால் நிர்வாகக் குழுவினரால் தொலைநோக்கோடு திட்டமிடுதல் ஒரு கட்டத் திற்கு மேல் சாத்தியமில்லை. ஆக பாபாசி புத்தகச் சந்தைகளைத் தொலைநோக்கோடு திட்டமிட மாற்று ஏற்பாடு அவசியமாகிறது. பாபாசியின் கீழ் இயங்கும் ஒரு தனி நிறுவனம் புத்தகச் சந்தைகளை நடத்தலாம். இதற்காகவே ஒரு கம்பெனியை உருவாக்கலாம். இதுபற்றிய விரிவான விவாதம் அவசியம். சென்னைப் புத்தகச் சந்தை மிகப்பெரும் வளர்ச்சிக்கான சாத்தியங்களைக் கொண்டிருக்கிறது. இந்தியாவின் மிகப் பெரிய புத்தகச் சந்தையாகக் கருதப்படும் கல்கத்தா புத்தகச் சந்தை கடந்த சில ஆண்டுகளாக நெருக்கடிகளில் சிக்கித் தவிக்கிறது. அந்த முதலாம் இடத்திற்கு நகர்வது சென்னைப் புத்தகச் சந்தைக்குச் சாத்தியமானது.

சென்னைப் புத்தகச் சந்தையின் 30 ஆண்டுகால வளர்ச்சி யில் அதற்கு எந்தப் பங்களிப்பும் செய்யாமல் அது தவிர்க்க முடியாத சக்தியாக எழுந்த பின்னர், எல்லாவற்றையும் கைப் பற்றும் பேராசை கொண்ட கருணாநிதியின் குடும்பம் 'சொந்தப் பணம்' நன்கொடை வழி சுயபுராண அரங்குகளோடும் மிரட்டல் அறிவுரைகளோடும் உள் நுழைந்திருக்கிறது. எந்த அரசியல் அதிகாரத்தோடும் ஐக்கியமாகாமல் 'அகலாது அணுகாது தீக்காய்வார்போல்' செயல்படுவதே பாபாசிக்கு நீண்டகால நன்மை தரும்.

சில ஆண்டுகளுக்கு முன்னர் தொடக்கப்பள்ளிக் குழந்தை கள் புத்தகச் சந்தைக்கு முன்னால் கொளுத்தும் வெயிலில் நிறுத்தி வைக்கப்பட்டு மயங்கிவிழக் கண்டேன். உள்ளே இருந்த முதலமைச்சருக்கு இவர்கள் பாதுகாப்புப் பிரச்சினையோ குறுக்கீடோ தெரியவில்லை. பதிப்பாளர்களுக்குக் குழந்தை களே முக்கியம்.

விளம்பரம்

'காலச்சுவடு ஜோசியப் பத்திரிகையா?' இனம் தெரியாத எண்ணிலிருந்து வந்த முகந்தெரியாத குரலின் கேள்வி என்னைத் துணுக்குற வைத்தது. காலத்தின் சுவடு சிலருக்கு ஜோசியம் என்பது உறைக்கச் சில நொடிகள் எடுத்தன.

காலச்சுவடு இதழை ஒரு நண்பருக்கு ஆங்கிலத்தில் மின் னஞ்சல் வழி பரிந்துரைத்தபோது அவர் அதைக் 'கலைச்சுவிடு'

என்று படித்துவிட்டு 'அபார்ஷன்' பத்திரிகையா என்று கேட்டிருந்ததாக எழுத்தாளர் இரா. முருகன் முன்னர் ஒரு பத்தியில் குறிப்பிட்டிருந்தார். 94, 95இல் வழவழப்பான அட்டையுடன் ரூ. 25க்கு இதழை விற்றுக்கொண்டிருந்தபோது அவசரத்தில் காமச்சுவடு என்று நினைத்து வாங்கிச் சென்று ஏமாந்த வாசகரையும் அறிவேன். இப்போது ஜோசியம். இன்னும் என்ன என்ன பெயர்க் குழப்பங்கள் காத்திருக்கின்றனவோ தெரியவில்லை.

மக்கள் தொலைக்காட்சியிலிருந்து *காலச்சுவடு* விளம்பரம் கேட்டபோது, கட்டணத்தைப் பார்த்தேனே அன்றி அது வழங்கவிருக்கும் வளமான அனுபவச் செழுமையை உணரவே யில்லை.

தொலைக்காட்சித் திரைக்குக் கீழ்ப்பகுதியில் ஓடவேண்டிய செய்தியை மின்னஞ்சலில் அனுப்பிவிட்டு வெளியூர் பயணமானேன். மறுநாளிலிருந்து மனைவி அகால வேளைகளில் 'காலச்சுவடு' பற்றிய கேள்விகள் கைப்பேசியில் வருவதாக புகார் செய்யத் தொடங்கினாள். தொலைக்காட்சி விளம்பரத்தில் அலுவலக முகவரி மட்டுமே கொடுத்திருந்தோம். இதில் மனைவியின் கைப்பேசி எண்ணை எங்கே பிடித்தார்கள் என்பது புரியவில்லை. ஒரு வாரத்திற்குப் பின்னர், புதிரை விடுவிக்க முடிவுசெய்து, காலை நேரத்தில் சின்னத்திரை முன்னே அமர்ந்தேன். வரி விளம்பரம் ஓடியது. என்னுடைய எண்ணும் என் மனைவியின் எண்ணும் ஓடின! கொடுக்காத எண்கள் எப்படி விளம்பரத்தில் இணைந்தன என்பது முதலில் பிடிபடவில்லை. அவர்களுக்கு அனுப்பிய மின்னஞ்சலை எடுத்துப்பார்த்தேன். எல்லா மின்னஞ்சல்களிலும் எங்களுடைய முகவரியும் தொலைபேசி எண்களும் அடிக்குறிப்பாக இருப்பது வழக்கம். அது விளம்பரத்தில் பிழையாக இணைந்திருப்பது தெரிந்தது. விளம்பரத்தில் என்னுடைய எண் முதலிலும் பின்னர் மைதிலியின் எண்ணும் இருக்க ஏன் தொலைபேசி அழைப்புகள் அவளுக்குச் சென்றன என்பது கேள்வி. தமிழ்ப் பண்பாடு பற்றிய கேள்வி இது.

மனைவியின் எண் நீக்கப்பட்டது. விளம்பரம் காலை 7:30 மணியிலிருந்து 8:30 மணிவரை திரையில் சிலமுறைகள் வரும். நான் அதற்குப் பின்னர் செல்லைக் கையில் எடுக்கும் போது பல 'மிஸ்ட் கால்ஸ்' இருக்கும். முதலில் கடமையாக இந்த எண்களுக்குத் திரும்ப அழைத்து வந்தேன். அவை பெரும்பாலும் நூல் வெளியீடுகள் பற்றியோ நெடுநாளாகத் தேடிக்கொண்டிருக்கும் நூல்கள் பற்றியதாகவோ இருக்கும். இந்தத் தகவல் யுகத்திலும் தமிழ்ப் பண்பாட்டுத் தகவல்களின் போதாமையை உணர முடிந்தது.

கலைஞர் பிள்ளைத் தமிழ் எழுதியிருக்கிறேன், வெளியிடு வீர்களா என்று ஒருவர் கேட்டார். ஒரு கணம் உறுதியான ஆயிரம் பிரதிகள் ஆர்டர் நூலகத் துறையில் காத்திருப்பது மனத்தில் ஓடியது. கேரளத்திலிருந்து ஒரு சேச்சி, எனக்குத் தமிழ் பிடிக்கும். தமிழ்க் குரலைக் கேட்பதற்காக அழைத்தேன் என்றார். தொப்புள்கொடி உறவு என்றால் சும்மாவா?

"ஐயா உங்கள் தொலைக்காட்சியில் .... என்ற நிகழ்ச்சியை நடத்தும் .... அவர்கள் மிகச் சிறப்பாகச் செய்கிறார். அவரை வாழ்த்த வேண்டும். தொடர்பு எண்ணைத் தர முடியுமா?" திரையில் வரும் எண் மக்கள் தொலைக்காட்சி எண் அல்ல. அது விளம்பரம் என்பதை விளக்க முயன்று தோற்றேன். பலர் திரைக்குக் கீழ் எண் வரும்போது திரையில் யார் தோன்றுகிறார் களோ அவருடைய எண் அது என்று நினைத்து அழைத்தார்கள். எல்லாம் எல்லோருக்கும் புரிவது போன்ற பாசாங்குடன் தமிழ்ச் சமூகம் நகர்ந்துகொண்டிருக்கிறது. மிக அடிப்படையான புரிதல்கள் பலருக்கு இல்லை. பொது சமூகக் கல்வி என்பது நம்மிடம் இப்போது இல்லை.

இன்னும் அழைத்த பலரும் வீட்டுப் பெண்கள். யாரை அழைக்கிறோம் ஏன் அழைக்கிறோம் என்றெல்லாம் அவர் களுக்குத் தெரியவில்லை. திரையில் எண் வந்தது, அழைத்தார் கள்! பலரும் சொன்ன பதில்: 'சும்மா, நம்பர் வேலை செய் தான்னு பாத்தோம்.' எதையுமே சோதித்துப் பார்த்துத் தெளிவு படுத்திக்கொள்வதுதானே பகுத்தறிவு?

ஒரு இந்தித் திரைப்படத்தில் கொலை செய்யப்பட்ட உடலின் மீது ஒரு செல் எண் இருப்பதாகக் காட்சி. அந்த எண்ணுக்குத் தினமும் நூற்றுக்கணக்கான அழைப்புகள் வர – ஆவியுடன் பேச அழைத்தார்களோ? – எண்ணுக்குரியவர் தயாரிப்பாளர்மீது வழக்கே தொடர்ந்துவிட்டார்.

அன்று ஒரு நிறுவனத்தின் ஆட்சிக் குழுக் கூட்டத்தில் இருந்தேன். அமைதிப் பாதையிலிருந்த கைப்பேசி அதிர்ந்து கொண்டேயிருந்தது. காதோடு வாயோடு பொத்திக்கொண்டு மெதுவாக அழைப்பை எடுத்தேன். 'வேலுசாமி நாதஸ்வரக் குழு தானுங்களே? எங்கள் ஊர்க் கோவில் திருவிழாவுக்கு வர என்ன கேப்பீங்க?''

நான் யார்மீது வழக்குத் தொடுப்பது?

இதழ் 125, மே 2010

14

புரிதல்

மார்ச் மாதம் சுப்ரமணியம் கலை, அறிவியல் கல்லூரி (மோகனூர்), காலச்சுவடு அறக்கட்டளையுடன் இணைந்து நடத்திய 'உரைநடைப் பயிலரங்கு' நிகழ்ச்சி நடைபெற்றது. (பார்க்க: பதிவு, இதழ் 125, மே 2010) பாவண்ணன் அனுபவ ரீதியாகத் தன் கதைகளின் உருவாக்கத்தை மாணவர்களோடு பகிர்ந்துகொண்டார். அவருக்கு உடனடியாக மாணவர் விசிறி வட்டம் ஒன்று உருவானது. எழுத்தாளர்களுக்கு மாணவர்களைச் சந்திக்கும்போது ஏற்படும் உற்சாகத்தைத் தொடர்ந்து கவனித்து வருகிறேன். சந்தோஷமான விஷயம் இது. எழுத்தாளர் – மாணவர் சந்திப்புகள் பல்கலைக் கழகங்களிலும் – கல்லூரிகளிலும் அதிகம் நடைபெறத் தொடங்கியிருப்பதும் உவகை தருகிறது. அடிப்படை இலக்கண விதிகளை நஞ்சுண்டன் மாணவர்களுக்கு எடுத்துச்சென்றவிதம், நவீன சாதனங்களின் உதவியுடன் சுவாரசியமாகக் கற்பிக்கப்படும்போது இலக்கணம் அப் போதே இனிக்கும் என்பதை மாணவர்களின் பலத்த கைத்தட்டல் உணர்த்தியது. பெருமாள்முருகன் நவீன உரைநடை இலக்கியத்தின் நுட்பங்களைக் கம்பராமாயணத் தில் பெரிதும் கொண்டாடப்படும் நயங்களுடன் ஒப் பிட்டுப் பேசியது முக்கியமானது. நவீன இலக்கியத்தைப் பிரச்சாரக் கருவியாக மட்டும் பயன்படுத்தி, இலக்கிய நயத்திற்கும் மொழியின் மேன்மைக்கும் பழைய இலக்கி யத்தைத் தூக்கிப்பிடிக்கும் மனோபாவத்தை எதிர்கொள்ள இந்த ஒப்பீட்டு முறை பெரிதும் பயன்படும். இந்நிகழ்வு மார்ச் மாதம் நடைபெற்றாலும் இதை மார்ச் மாதக் கல்வித்துறைச் சடங்காக அல்லாமல் ஆழ்ந்த கரிசனத் துடன் நடத்திய தலைவர் சு. பழனியாண்டி அவர்களை மரியாதையுடன் நினைத்துக்கொள்கிறேன்.

பெருமாள்முருகன் தன் ஒப்பீட்டுக்கு எடுத்துக் கொண்ட கதைகளில் ஒன்று சு.ராவின் 'விகாசம்'. *இந்தியா டுடே*யில் 1990இல் வெளிவந்த கதை. என் கல்லூரி

நாட்களில் இது தொடர்பாக நடந்த இரு சம்பவங்களைப் பகிர்ந்துகொள்ளத் தோன்றுகிறது. என் சக தமிழ் மாணவர் களின் இலக்கியப் பார்வை வெகுசன இதழ்களில் தீவிர இலக்கியம் பற்றிய அவதூறுகளால் – கலைப் பட அவதூறுப் பிரச்சாரம் போல – உருவாக்கப்பட்டது என்பதால் அப்பாவைப் பற்றியெல்லாம் அங்கே வாய் திறப்பதில்லை. அன்றும் இன்றும் எனக்கு நண்பனாக இருக்கும் – இப்போது தனியார் வங்கி நடத்தும் சீமான் – அருளிடம் இதழைக் கொடுத்துக் கதையைப் படிக்கச் சொன்னேன். ஒரு பக்கம் வரை நீண்ட முயற்சி தோல்வி அடைந்தது. இரண்டாம் வகுப்பு வரை படித்து எங்களிடம் பகுதி நேரச் சமையல்காரராக வேலை பார்த்த மணி வேலையை முடித்துவிட்டு என் மேசையில் இருக்கும் தமிழ் நாளிதழ் / இதழ்களைப் புரட்டுவது வழக்கம். ஒருநாள் *இந்தியா டுடே*யில் இக்கதையைப் படிக்கக் கண்டேன். பின்னர் 'மணி, கதை என்ன சொல்லுது' என்றேன். 'நல்லாயிருக்கு, மனுஷன் மனுஷன் தான்! மிஷின் மிஷின்தான்'. இதில் சுவாரசிய மான விஷயம் பெருமாள்முருகன் அன்று முன்னெடுத்த வாசிப்பில் இந்தப் பார்வை இடம்பெறவில்லை என்பது. இந்த 15 ஆண்டுகளில் குறைந்த கல்வியும் தினசரி கூலி வேலையும் செய்பவர்கள் பலர் *காலச்சுவடி*ன் தீவிரமான வாசகராக இருப்பதைப் பார்த்துவிட்டேன். பல கற்ற பெருந்தகைகள் *காலச்சுவடு* புரியவில்லை என்பதையும் கேட்டுவிட்டேன்.

இன்னொரு சம்பவமும் நினைவுக்கு வருகிறது. *இ. டுடே*யில் கதை வெளிவந்ததும் சில இஸ்லாமியர்களிடமிருந்து – குறிப்பாக அரேபிய, மத்தியக் கிழக்கு நாடுகளிலிருந்து – கண்டனக் கடிதங்கள் *இ. டுடே*வுக்கு வந்தன. அவற்றை *இ. டுடே* ஆசிரியர் சு.ராவுக்கு அனுப்பியிருந்தார். கதையில் ஒரு காட்சி. ராவுத்தர் வீட்டிற்கு அம்பி போகிறார். "நான் படுதாவைத் தள்ளிக்கொண்டு உள்ளே போனேன். சாணி மெழுகிய தரை யில் வஸ்தாத் மாதிரி ராவுத்தர் சப்பணம் கூட்டி உட்கார்ந்து கொண்டிருந்தார்". சாணி இஸ்லாமியர்களுக்கு 'ஹராம்', எனவே இஸ்லாமியர் வீட்டில் சாணி மெழுகியிருந்ததாகச் சொல்வது பிழை என்பதே கடிதங்களின் சாரம். யாரும் மிரட்டவில்லை, வருத்தத்துடன் எழுதியிருந்தார்கள். கதையைப் பற்றியோ ராவுத்தர் கதாபாத்திரம் பற்றியோ எந்தக் கடிதத்திலும் எதுவும் கூறப்பட்டிருக்கவில்லை. இக்கடிதங்களுக்கு சு.ரா. வழக்கம் போல எதுவும் எதிர்வினையாற்றவில்லை. ஆனால் என்னிடம் உறுதியாக இதைச் சொன்னார். "ஒரு இஸ்லாமியர் வீட்டில் தரையில் சாணி மெழுகப்பட்டிருப்பதை நான் பார்த்திருக்க வில்லை என்றால் என் கதையில் அந்த வர்ணனை வந்திருக்காது".

தோப்பில் மீரான் வியாபார நிமித்தம் நெல்லையிலிருந்து வாரந்தோறும் திருவனந்தபுரம் சென்று வருகையில் வீட்டிற்கு வருவார். அவரிடம் சு.ரா., கடிதங்களைக் காட்டினார். கன்னியாகுமரி மாவட்டத்தில் சாணி இட்டு மெழுகும் பழக்கம் இஸ்லாமியரிடையே இருந்தது என்றும், தற்போது அந்தப் பழக்கம் மறைந்துவிட்டது என்றும் மீரான் தெரிவித்தார்.

கிட்டத்தட்ட அதே காலகட்டத்தில் சென்னை *MIDS*இல் உரையாற்றிய *'People of India'* என்ற 40 தொகுதிகள் கொண்ட பெரும் தகவல் சேகரிப்புப் பணியை மேற்கொண்ட குமார் சுரேஷ் சிங் *IAS* 'ஒரு பண்பாட்டுச் சூழலில் மதம் சார்ந்து ஏற்படும் வேறுபாடுகள் 10சதவிகிதமே இருக்கின்றன என்றும்; பெரும்பகுதி பண்பாட்டுப் பழக்கவழக்கங்கள் மதங்களைத் தாண்டி ஒன்றாகவே இருக்கின்றன' என்றும் அனுபவரீதியாகப் பகிர்ந்துகொண்டார்.

இந்த 20 ஆண்டுகளில் இப்பொதுப் பண்பாட்டின் சதவிகிதம் மேலும் குறைந்திருக்கும் என்பதே என் அனுமானம். இந்த வீழ்ச்சி துக்ககரமானது.

அண்ணன்

நாடாளுமன்றம் பார்க்காத அமைச்சர் அழகிரியின் செயல்பாடுகள் கவனத்திற்கும் விவாதத்திற்கும் உள்ளாகியிருக்கின்றன. ஆங்கிலமும் ஹிந்தியும் அறியாதவர்கள் அமைச்சராக முடியாத நிலை தில்லியிலிருப்பது, அழகிரி அமைச்சராகும்வரை திமுகவின் கரிசனத்திற்கு உரியதாக இல்லாதிருந்த நிலை முக்கியமானது. இதுவரை தில்லி சென்ற திமுக தலைவர்கள் தமது ஆங்கிலப் புலமையைக் காட்டுவதிலேயே குறியாக இருந்தார்கள். தங்கள் தொகுதியில் பாமர மக்கள் முன்னர் நாடாளுமன்றத்தில் ஆற்றிய ஆங்கில உரையை அப்படியே மீண்டும் ஆங்கிலத்தில் பேசிக்காட்டி வாய்பிளக்க வைத்தார்கள். ஆங்கிலமும் இந்தியும் அறியாத காமராசர் தில்லியில் செல்வாக்குடன் இருந்தமையைக் கேலி பேசினார்கள். அவரது ஆங்கிலப் பிரயோகத்தின் குறைபாடுகளைக் குத்திக்காட்டினார்கள். நாடாளுமன்றத்தில் தமிழ் ஒலிக்க எள்ளளவும் முயன்றதில்லை.

இன்று அழகிரிக்காக மொழிப் பிரச்சினை எழுப்பப்படுகிறது. இப்பிரச்சினையில் அழகிரி சார்பாக நிற்பவர்களும் சரி, எதிர்ப்பவர்களும் சரி, ஒரு விஷயத்தில் உடன்படுகிறார்கள் – அழகிரி நாடாளுமன்றத்திற்கு வராமைக்குக் காரணம் அவருக்கு இந்தியும் ஆங்கிலமும் புரியாது என்பதும், தமிழில் நாடாளு

மன்றத்தில் பேச அனுமதி இல்லை என்பதும்தாம் பிரச்சினை என்று எண்ணுகிறார்கள். எனக்கு அப்படித் தோன்றவில்லை.

நாடாளுமன்றத்தில் பேசப்படும் விஷயங்கள் இந்தியாவின் 14 மொழிகளிலும் மொழிபெயர்க்க ஒழுங்குசெய்வதே முறை. உலகில் இன்று பல கருத்தரங்குகள், பத்திரிகையாளர் சந்திப்புகள் சர்வசாதாரணமாகப் பல மொழிகளில் உடனுக்குடன் மொழிபெயர்க்கப்பட்டு ஒலிபரப்பப்படுகின்றன. காதில் கருவியைப் பொருத்தி, தேவையான மொழியைத் தேர்ந்தெடுக்கலாம். இவ்வாறு செய்வது அடிமட்ட மக்கள் தலைவர்கள் மத்திய அரசில் பங்குபெற வாய்ப்பளிக்கும் என்பதோடு இந்திய மொழிகளுக்கிடையேயான உறவை வளர்த்து, புரிதலை மேம்படுத்தி, இந்திய ஜனநாயகத்தை மேலும் வலுப்படுத்தும்.

அழகிரியின் பிரச்சினை வேறு. சபாநாயகர் மீராகுமாரைச் சந்தித்துத் தமிழில் பேச வாய்ப்பளிக்கும்படி அவர் வலியுறுத்தவில்லை என்பது கவனத்திற்கு உரியது. சபாநாயகர் அழகிரியைச் சந்தித்துப் பேசக் காத்திருப்பதாகப் பலமுறை வெளிப்படையாக அறிவித்துவிட்டார். அழகிரிக்கு மொழிபெயர்ப்பாளர் ஒருவரைப் பணியமர்த்தலாம் என்றும் குறிப்புணர்த்திவிட்டார். அழகிரியால் எந்த மொழியிலும் நாடாளுமன்றத்தில் பேச முடியாது என்னும் உண்மையை மறைக்க நம்முடைய தமிழ்ப் பற்றைத் திமுக தூண்டுகிறது. நாடாளுமன்றம், அழகிரி மதுரையில் கோலோச்சும் குண்டர்களின் சபை அல்ல. கோப்புகளைப் படித்து குறிப்புகளுடன் வந்து கேட்கப்படும் கேள்விகளுக்குப் பதிலளிக்கும் ஆற்றல் அழகிரியிடம் இல்லை. நாடாளுமன்ற உறுப்பினர்கள் நமது தமிழர்களையும் தமிழச்சிகளையும் போல அழகிரி முன்னர் குழைந்தும் இளித்தும் புகழ்பாடிப் பூமாரிச் சொரியமாட்டார்கள் என்பது அழகிரிக்கும் தெரியும். குறுக்கு விசாரணை செய்வார்கள், சீண்டுவார்கள், குத்திக் காட்டுவார்கள். இவற்றை எல்லாம் கையாளும் மனப்பக்குவம் நமது அண்ணனுக்கு இல்லை. காலத்தின் போக்கை உணர்ந்த இலக்கிய அரசியல்வாதிகள் எல்லோருமே இப்போது தப்பாமல் ஸ்டாலின் பக்கம் நின்றாலும், சற்றே முன்னர் அண்ணன் பக்கம் நின்ற தமிழச்சி தங்கபாண்டியன் புகழாரம் சூட்டியது போல அவர் 'ஆண்மை அரச'(?) ராகவும் 'மதுரையைக் கட்டிக் காக்கும் ரோமபுரி ராஜா'வாகவும் இருக்கலாம். அபூர்வமாக நமது முதுகெலும்புள்ள நிருபர்கள் யாரேனும் உறுத்தலான கேள்வி கேட்டால் சீறிப்பாய்வதும் உதார் விடுவதும் மைக்கைத் தட்டிவிட்டுச் செல்வதுமாக மதுரையில் அவர் கோலோச்சலாம். ஆனால் நாடாளுமன்றத்தில் இவரது ஊச்சாளித்தனங்கள் எடுபடாது என்பது ஜனநாயகத்திற்கு நற்செய்தி.

பதிப்பாளர்

ஆங்கிலப் பதிப்புலகில் தடம் பதித்த ஒரு பதிப்பாளருக்கு நாவல் எழுதும் ஆசை வந்தது. எழுதினார். நூலும் வெளிவந்தது. நூல் வெளிவருவதற்கு முந்தியும் பிந்தியும் அவர் உருவாக்கிய புனைவுகளும் பரபரப்புகளும் ஜெயமோகனை நினைவுபடுத்தின. நாவலைத் தமிழில் மொழிபெயர்க்கக் கேட்டு *காலச்சுவடுக்கு* அனுப்பினார்கள். படித்துப் பார்த்துவிட்டுத் திருப்பி அனுப்பி விட்டேன். அப்பதிப்பாளரின் நிலைய வித்வான்கள் நாவலை வானளாவப் புகழ்ந்து பல ஆங்கில இதழ்களில் விமர்சனங்கள் எழுதினார்கள். பின்னர் ஒரு ஆங்கில நூல் விமர்சன இதழில் நாவலைச் சீர்தூக்கிப் பார்த்த விமர்சனம் வெளிவந்தது. நாவலின் பலவீனங்களும் நாவலாசிரியரின் பலவீனங்களும் அதில் அம்பலப்பட்டன. அடுத்த இதழில் ஒரு வாசகர் கடிதம். இந்த மதிப்புரையைப் பற்றி. கடிதமெழுதிய பேராசிரியர் பதிப்பாளர் களுக்கு வழங்கிய அறிவுரை இது: "பதிப்பாளர் அந்தப்புரத்து அலிகளைப்போல. அது எப்படிச் செய்யப்படுகிறது என்பது அவர்களுக்குத் தெரியும். அது செய்யப்படுவதை அவர்கள் அன்றாடம் பார்த்துக்கொண்டும் இருக்கிறார்கள். ஆனால் அவர்களால் அதைச் செய்ய முடியாது!"

துக்கம்

பிரபாகரனின் தாயார் தமிழகம் வர கொடுக்கப்பட்டுள்ள அனுமதி சர்ச்சைகள் மேலும் வலுக்கவே வழிவகுத்துள்ளது. விசா வழங்க விதிக்கப்பட்ட நிபந்தனைகளை ஏற்க மறுத்து பார்வதியம்மாள் கொழும்பு பயணமாகியிருக்கிறார். பார்வதி யம்மாள் யாரையும் இங்கே சந்திக்கக் கூடாது, மருத்துவமனைக்கு வெளியே எங்கும் தங்கக் கூடாது எனும் நிபந்தனைகள் மத்திய அரசின் 'பாதுகாப்பு'க் கவலைகளைவிடக் கருணாநிதியின் அரசியல் கவலைகளையே அதிகமும் பிரதிபலிப்பதாக உள்ளன. பார்வதியம்மாள் சமீபத்தில் அவரது கணவரையும் அதற்குச் சற்றே முன்னர் அவரது மகனையும் இழந்திருக்கிறார். தமிழகத் தில் 1983 முதல் 20 ஆண்டுகள் வசித்திருக்கிறார். அவரை அறிந்தவர்கள் அவரிடம் துக்கம் கேட்க அனுமதி மறுப்பது மனிதாபிமானத்திற்கும் தமிழ்ப் பண்பாட்டிற்கும் விரோதமானது.

இதழ் 126, ஜூன் 2010

15

இஸ்தான்புல்

இஸ்தான்புல் நகரத்திற்குக் கடந்த ஆண்டு ஒரு கருத்தரங்கிற்காகச் சென்றிருந்தேன். அங்கிருந்தது மூன்றே நாட்கள். துருக்கி நாடும் இஸ்தான்புல் நகரமும் நமக்கு இன்னுமொரு நாடும் நகரமும் அல்ல. நம் வரலாற்றோடு பிணைந்தவை. இஸ்லாமின் வருகையும் அதன்வழி ஏற்பட்ட பண்பாட்டுக் கலவையின் – குறிப்பாக இசை, கட்டடவியல், கவிதை, உடை, மதம், அறிவியல், தத்துவ இணைவும் மோதலும் – தொடக்கம் துருக்கியர்கள். அந்நாட்டுக்குச் செல்வோம் என நினைத்ததில்லை.

மிகுந்த எதிர்பார்ப்புடன் சென்று எதிர்பார்ப்புக்கு ஈடுகொடுத்து விஞ்சி நின்றது இஸ்தான்புல். ஏற்பட்ட உற்சாகத்தில் மூன்று நாட்கள் கிட்டத்தட்ட தூங்கவே யில்லை. இஸ்தான்புல் நகரம் பாதி ஆசியாவிலும் பாதி ஐரோப்பாவிலும் இருக்கிறது. இடையே கருங்கடலையும் மத்தியதரைக்கடலையும் இணைக்கும் பாஸ்பரஸ் நீர்ப்பரப்பு. அற்புதமான கடல் பிரதேசம். இஸ்தான்புல் உலகின் புராதன நகரங்களில் ஒன்று. பல்வேறு காலங் களில் பல்வேறு மக்களின் அதிகாரத்தில் இருந்திருக்கிறது. கிரேக்கர்கள், யூதர்கள், ஆர்மேனியர்கள் எனப் பல மக்களின் வரலாற்றுப் பதிவாக நகரம் இன்றும் திகழ்கிறது. நள்ளிரவில் ஒரு பெரும் கட்டடத்தின் மேல்மாடியில் நின்று நகரத்தைப் பார்த்தது என் வாழ்வில் கண்ட அழகிய காட்சிகளுள் ஒன்று. ஒரு யுகத்தின் வரலாறு கண்முன் விரிந்திருந்தது.

நகரத்தின் எல்லாக் கூறுகளிலும் மேற்கும் கிழக்கு மான கலவை ஊடுருவி நிற்கிறது. உணவில், தெருக்களில், சூழலில் ஒரு 'இந்தியத் தன்மை' ஊடுருவி நிற்பது சகஜ மான உணர்வைத் தருகிறது. மூன்று இரவுகளிலும் இறுதி நாள் கருத்தரங்கை விட்டு நழுவிப் பகலிலும் ஆங்கிலப் பதிப்பாளர் சைமனுடன் சுற்றித் திரிந்தேன். நாட்கள் குறைவாக இருக்கும்போது குறிப்பிட்ட சுற்றுலா மையங் களுக்குச் செல்லாமல் சுற்றித்திரிவதே என் மனதிற்கு

உகந்தது. அவர் கேட்டிருந்த இரண்டு லுங்கிகளை நான் வாங்கிச் சென்றிருந்ததால் பெருமகிழ்ச்சியில் இருந்தார். இந்தச் சுற்றித் திரிதலில் ஏற்பட்ட சில அனுபவங்களைப் பகிர்ந்துகொள்ள வேண்டும்.

ஒரு நாள் இரவு நகரில் பயணித்தபோது ஒரு முக்கியமான கால்பந்துப் போட்டியில் துருக்கி வென்றது. செய்தி பரவியதும் பெரும் இளையர் கூட்டம் தெருவில் இறங்கியது. வன்முறையில்லாத கலாட்டாவை எங்கும் காண முடிந்தது. நகரம் பட்டாசுகளின் புகையில் மூழ்கியது. போக்குவரத்து ஸ்தம்பித்தது. தேசிய கீதத்தைப் பாடி, ஆடி முழு இரவும் கொண்டாட்டம் தொடர்ந்தது. பின் மாலையில் கொண்டாட்டங்களில் பெண்களும் குடும்பத்தினரும் கலந்துகொள்வதைக் கவனித்தேன். பின்னிரவில் வன்முறை மிகக் கூடும் என்று உள்ளூர் நண்பர்கள் அஞ்சினார்கள். தேசிய வெறியின் வெளிப்பாடு.

மறுநாளும் சைமனுடன் சுற்றிக்கொண்டிருந்தபோது முட்டுச் சந்தொன்றில் பெரும் போலீஸ் படை குவிந்திருந்தது. கலவரத்தை அடக்கும் போலீசார் முழுத்தயாரிப்புடன் சூழ்ந்து நின்றார்கள். ஆர்வம் துளிர்விட எச்சரிக்கை உணர்வையும் மீறி அருகில் சென்று பார்த்தோம். கொஞ்சம் பொதுமக்கள் வன்முறையின் தேசலும் இல்லாமல் மின் கட்டண உயர்வுக்கு எதிராக முழக்கம் எழுப்பிக்கொண்டிருந்தார்கள். இந்தியாவில் இரண்டு ஏட்டுகளுக்கு மேல் தேவைப்படாத போராட்டம். அரசு மேலும் மேலும் உறுதிபட இந்தியா செல்லும் திசைக்குத் துருக்கியின் இன்றைய நிலை ஒரு எச்சரிக்கை. இஸ்லாமியப் பெரும்பான்மை நாடாக இருப்பினும் மதத்தின் இடம் பொதுவாழ்க்கையில் முனைப்பாக இல்லை – குறைந்தபட்சம் இஸ்தான்புல் நகரத்திலேனும். பிற ஐரோப்பிய நாடுகளைப் போலவே தேசிய அடையாளமே முன்னிற்கிறது. இஸ்லாமிய அடிப்படைவாத இயக்கங்கள் அங்கும் உண்டு. ஆனால் ராணுவம் மதச்சார்பற்ற நிறுவனம் என்பதாலும் அரசுக்கு முற்றிலும் அடங்கி நிற்காத வலுவான நிறுவனம் அது என்பதாலும் மதச்சார்பின்மை பெருமளவிற்கு வலுக்கட்டாயமாகவே பேணப்படுகிறது. ஆனால் வலுவான தேசிய அடையாளம் சிறுபான்மையினருக்கு எதிராக நிற்கிறது. துருக்கியர்களுக்குச் சிறுபான்மையினரான குர்தியர்களுடன் ஏற்பட்டுள்ள பிரச்சினை உலகக் கவனம் பெற்றுள்ளது. இது தவிரப் பல காலங்களில் ஆர்மேனியர்கள், கிரேக்கர்கள் வெளியேற்றப்பட்டுள்ளனர்.

சனி இரவு பதிப்புலக நண்பர்கள் சிலர் ‘அராஃப்’ என்ற இசை விடுதிக்குச் சென்றோம். மீன் சந்தையினுள் இருந்த

ஒரு பழங் கட்டடத்தின் ஆறாம் மாடியில் விடுதி – லிப்ட் கிடையாது. இரண்டு மூன்று பகுதிகளாகப் பிரிந்திருந்த அறையில் பாட்டும் ஆட்டமும். ஒரு ஓரமாகச் சென்று அமர்ந்து காட்சிகளை ரசிக்கத் துவங்கினேன். இசை மிக வித்தியாசமானது. மேற்கு – கிழக்கு இசைப்போக்குகளின் ஒரு சுவையான கலவை. இந்தியாவில் கோயில் பண்பாட்டோடு இணைந்த மங்கல ஓசைகளை அங்கு இரவு விடுதியில் ஒரு இசைக்குழுவினர் முழங்கிக்கொண்டிருந்ததும் அதற்கு இசைவாகப் பலர் ஒயில் மிக ஆடிக்கொண்டிருந்ததும் விவரிக்க முடியாத மனக் கிளர்ச்சியை ஏற்படுத்தின. மறுநாள் அதிகாலை தங்கும் விடுதிக்கு டாக்ஸியில் திரும்புகையில் நகரம் முழுவதும் டிராபிக் ஜாம். இஸ்தான்புல் வாழ்க!

செம்மொழி

ஜூனியர் விகடன் (04.07.10) இதழில் ரவிக்குமாரின் (எம்.எல்.ஏ.) ‘சிகரங்களைத் தொடப்போகும் தமிழ் ஆய்வுகள்!’ என்ற கட்டுரை வெளிவந்துள்ளது. தமிழ் இலக்கியம், பண்பாடு ஆகியவற்றின் மீது மேலை அறிஞர்களின் ஆர்வம் பெருகிவரும் காலம் இது. எனவே தமிழ் ஆய்வு வளரும் என்று நம்புவதில் பிழையில்லை. ஆனால் அந்த ஆய்வில் தமிழர்களின் பங்களிப்பு இருக்குமா? அவை தமிழை வளர்க்கத் தமிழகத்தில் உருவாக்கப்பட்ட நிறுவனங்களிலிருந்து தழைக்குமா என்பது நமக்கு முக்கியமானது.

இக்கட்டுரையில் வடமொழி அறிஞர்களின் சில கருத்துகளை எடுத்துக்காட்டி அவற்றிற்குச் செம்மொழி மாநாட்டில் தமிழறிஞர்கள் அளித்த மறுப்புகளையும் ரவிக்குமார் குறிப்பிட்டுள்ளார். இதில் கவனிக்க வேண்டிய செய்தி இவர்கள் அனைவருமே மேற்கைச் சேர்ந்தவர்கள். விவாதங்களை ஏற்படுத்தும் வடமொழி அறிஞர்கள் இந்தியாவிலும் இல்லை. பதிலளிக்கும் இருமொழி அல்லது பன்மொழிப் புலமைகொண்ட தமிழறிஞர்கள் தமிழகத்திலும் இல்லை. வடமொழியில் கணிசமான பிரதிகளை இயற்றியுள்ள திராவிட நாட்டில், குறிப்பாகத் தமிழகத்தில், இருமொழிப் புலமை கொண்டவர்களின் இன்மையை உருவாக்கியிருக்கும் அரசியல் யாருடையது? இன்று இத்தகு புலமைக்கு மேலை அறிஞர்களை எதிர்பார்த்துக் காத்துக்கிடப்பது எவ்வளவு இழிவானது! தமிழாய்வில் எல்லோரும் பங்களிப்பது நமக்குப் பெருமைதான். ஆனால் இன்று நமக்காகக் குரல் கொடுத்து, நமது நம்பிக்கைகளுக்கு உரமூட்ட எப்போதும்

ஒரு ‘துரை’ வரவேண்டியிருப்பது பெரும் இழுக்கு. தமிழாய்வு செய்ய மேற்கத்திய அறிஞர்களுக்குச் செம்மொழி மாநாடுகள் தேவை இல்லை. நமக்கும் ‘தமிழ் பழமையான மொழி, சங்க இலக்கியம் நல்ல இலக்கியம்’ போன்ற ‘அரிய’ கருத்துகளைக் கூற மேலை அறிஞர்களின் வருகை அவசியமில்லை. மேலும் இம்மாநாட்டிற்காக வந்த பலரும் தம் முந்தைய ஆய்வுகளுக்கு மேலாகப் புதிதாக ஒரு சொல்லைக் கூட இம்மாநாட்டு உரைகளில் சேர்த்ததாகத் தெரியவில்லை.

சுப்பராயலு, ஐராவதம் மகாதேவன் போன்ற ஓரிருவரைத் தவிர இன்று உலகளாவிய தமிழாய்வில் பொருட்படுத்தப் படுபவர்கள் தமிழகத்திலிருந்து யாரும் இல்லை என்பது நினைத்து நினைத்து வெதும்பவைக்கும் நிலை.

பிறிதொரு கட்டுரையில் ரவிக்குமார் குறிப்பிடுகிறார்:

> பல துறைகளில் இளைய தலை முறையைச் சேர்ந்த ஆய்வாளர்கள் எவருமே இல்லை. இது தமிழின் எதிர் காலம் குறித்த அச்சத்தை என்னுள் ஏற்படுத்திவிட்டது. பல்கலைக்கழகங்களில் உள்ள தமிழ்த் துறைகள் தீவிர மாக உழைக்காவிட்டால் கல்விப்புலம் சார்ந்து மட்டுமல்ல அனைத்து அறிவுத் துறைகளிலுமே மிகப் பெரிய வீழ்ச்சி ஏற்படுவதைத் தடுக்க முடியாமல் போய்விடும்.
>
> ஒவ்வொரு பல்கலைக்கழகத்திலிருந்தும் ஆண்டுதோறும் பலபேர் முனைவர் பட்டம் பெறுகிறார்கள். ஆனால் அவர்களின் ஆய்வேடுகள் பெரும்பாலும் நூல்களாக வெளிவருவதில்லை. அந்த அளவுக்குத்தான் அவற்றின் தரம் அமைந்திருக்கிறது. லட்சத்தில் ஒருவர்தான் பிஎச்.டி. வரை வருகிறார்கள். அவர்களின் தரமே இதுவென்றால் எங்குபோய் முட்டிக்கொள்வது?

(உயிர்மை, மார்ச் 2010)

தமிழகக் கல்வி நிறுவனங்களை ஊழலால் சீரழித்து, தமிழாய்வுக்காக உருவாக்கப்பட்ட தஞ்சைத் தமிழ்ப் பல்கலை போன்றவற்றைத் தமது அரசியல் சிறுமைகளால் மடுக்களாக்கி, தமிழை வெற்றுப் பேச்சுக்கான கச்சாப் பொருளாக மாற்றி யிருப்பவர்கள் அடையாளம் காணப்பட வேண்டும். இவர் களுடைய அடையாள அரசியலை மறுபரிசீலனைக்கு உட் படுத்தும் ஒரு தீவிரப் பரிசோதனையின் படிப்பினைகளி லிருந்தே தமிழகக் கல்வியையும் ஆய்வையும் மீட்க முடியும்.

கட்டுரையிலிருந்து:

“சம்ஸ்கிருதம், லத்தீன், ஆங்கிலம், தமிழ் ஆகிய மொழிகளில் புலமைகொண்ட ஜார்ஜ் ஹார்ட், சம்ஸ்கிருதத்தையும் தமிழையும் ஒப்பிட்டு விரிவாகப் பேசினார். சம்ஸ்கிருத ஸ்லோகங்கள் பலவற்றை அவர் படித்தபோது கூட்டத்தினர் வியப்பில் ஆர்ப்பரித்தனர். அந்த அளவுக்குத் துல்லியமான உச்சரிப்பு! அதைப் போலவே, சங்க இலக்கியப் பாடல்களையும் அற்புதமாகப் படித்துக் காட்டினார்.”

வடமொழி உச்சரிப்பை வடமொழி அறியாதவர்கள் ஆர்ப்பரித்து மகிழ்வது, தமிழை வெள்ளையர்கள் உச்சரிக்கக் கண்டு புளகாங்கிதம் அடைவது எல்லாம் தாழ்வு மனப் பான்மையின் வெளிப்பாடுகள். தமிழர்கள் இலக்கண சுத்தமாகப் பல மொழிகள் பேசுவது கண்டு அகமகிழும் பிறமொழியினரைக் காணலாம். ஆனால் புளகாங்கிதம் அடைபவர்களைக் காண முடியாது. இத்தகைய தாழ்வு மனப்பான்மையிலிருந்துதான் செம்மொழி மாநாடு போன்ற திட்டங்கள் உருப்பெறுகின்றன. இந்தியாவில் வளர்ந்த, தன்னம்பிக்கையோடு செயல்படும் மொழியினர் எவரும் மொழியின் பெயரால் இத்தகைய அரசியல் அபத்தங்களை நிகழ்த்துவதில்லை. கருணாநிதியின் குறளோவியம் சம்ஸ்கிருதத்தில் மொழிபெயர்க்கப்படுவதாக அறிந்தேன். இக் கட்டுரையில் புதிய தமிழியல் ஆய்வுகள் சம்ஸ்கிருதத்தில் மொழிபெயர்க்கப்பட வேண்டும் என ரவிக்குமாரும் பரிந்துரைக் கிறார். சம்ஸ்கிருதத்தில் இவற்றைக் கற்கப்போகும் பிறமொழி எதுவும் அறியாத அந்த மானிடர் எங்கிருக்கிறாரோ தெரிய வில்லை. ‘பாபா’விடம்தான் கேட்க வேண்டும்.

இன்றைய தமிழ் தாழ்வுமனப் பான்மையையும் வடமொழி தொடர்பான பதற்றங்களையும் கடந்து பல தொலைவுகளுக்குப் பயணித்துவிட்டது. தமிழால் பிழைப்பவர்களுக்கு வடமொழி யோடு கற்பனையான சமர்கள் புரிவது தொழில். தமிழுக்காகப் பணியாற்றுபவர்கள் வடமொழியைப் பற்றி இன்று தாழ்வுணர்ச்சி யுடன் சிந்திப்பதே இல்லை. தமிழின் உயிர் இன்று ஏழுமலை தாண்டி ஏழுகடல் தாண்டி தொல்காப்பியத்திலோ சங்க இலக்கியத்திலோ மறைத்துவைக்கப்படவில்லை. அது வாழும் காலத்தில் உயிர்ப்புடன் இருக்கிறது.

இந்த நிலப்பரப்பில் வாழ்ந்த எல்லா மனிதர்களுடனும் மொழிகளுடனும் பண்பாட்டுடனும் தமிழுக்கும் தமிழனுக்கும்

கொடுக்கல் வாங்கல், உறவு, பாதித்தல், பாதிக்கப்படுதல் எல்லாம் இருந்திருக்கும். இந்த உறவைப் பற்றிய வரலாற்றுச் சான்றுகளுடன்கூடிய புரிதல் அவசியம். பதற்றம் அவசிய மில்லை. இத்தகைய பதற்றம் வாழும் மொழியான தமிழை சம்ஸ்கிருதம் எனும் அருங்காட்சியகத்தின் எதிர்நிலையில் நிறுத்தி, நம்மை அவமதிக்கிறது. தமிழ் தழைக்கும் மரச்செறிவு. வடமொழி அலங்கார சமாதி. ஏன் இந்த அச்சம்? தஞ்சைப் பல்கலை சில ஆண்டுகளுக்கு முன்னர் பாரம்பரிய மிக்க இந்திய மொழிகளின் முதல் இலக்கண நூல்களைத் தமிழாக்கம் செய்து பிரசுரிக்க மேற்கொள்ளப்பட்ட முயற்சிக்கு முட்டுக் கட்டை போடப்பட்டமை – வடமொழியின் முதல் இலக்கண நூலாகக் கருதப்படும் *அஷ்டாத்யாயி*, பாலியின் முதலாவது இலக்கணமான *கச்சாயனம்* ஆகியவற்றுடன் பிராகிருதம் மற்றும் தெலுங்கின் முதல் இலக்கண நூல்களையும் தமிழில் மொழிபெயர்த்துப் பிரசுரிக்கும் திட்டம் இது – இத்தகைய அவமதிக்கும் பதற்றத்திற்கு உதாரணம். இத்தகைய மூடி மறைப்பு அரசியலால் தமிழ் அடையப்போவது எதுவுமில்லை. தமிழின் தொன்மை பற்றிய சான்றுகள் வெளிவர வெளிவர, தன்னம்பிக்கை கொள்ளாமல், பதற்றங்களைக் கூட்டிக்கொண்டே போவது இவர்களால் உருவாக்கப்பட்டிருக்கும் தமிழ் அடை யாளத்தின் போதாமையை அம்பலப்படுத்துகிறது. புதிய தமிழ் அடையாளம் தமிழால் பிழைப்பவர்களையும் அவர்களது பதற்றங்களையும் புறமொதுக்கி, தமிழுக்குப் பங்களிப்பவர் களை முன்னிலைப்படுத்துவதாகவும் தன்னம்பிக்கையுடன் நவீன காலத்தின் சவால்களை ஏற்றுச் சாதிப்பதாகவும் சம்ஸ்கிரு தத்தையும் பிற மொழிகளையும் மூடநம்பிக்கை தவிர்த்த அக்கறை யுடன் சரிநிகர் சமானமாக எதிர்கொள்வதாகவும் அமையட்டும்.

பி.கு.: தமிழ்ச் செம்மொழி மாநாட்டிற்கான செலவை, தமிழை உலகிற்கு எடுத்துச்செல்ல நல்கைகளாக நிதி ஒதுக்கீடு செய்திருந்தால் தமிழின் தேர்ந்தெடுத்த 100 படைப்புகளை உலகின் சுமார் 60 மொழிகளுக்குக் கொண்டுசென்றிருக்க முடியும். அத்தகைய ஒரு வீச்சு தமிழுக்குச் செய்திருக்கக்கூடிய சிறப்பு அசலானதாக இருக்கும்.

தீவிரம்

மூன்று ஆளுமைகள் திடீரெனப் பொது இடத்தில் நிர்வாணப்படுத்தப்பட்டனர். இதில் இருவர் தம் அம்மணத்தை மறைக்க, மூன்றாமவர் தன் முகத்தை மறைத்துக்கொண்டார்.

அவர் சொன்ன காரணம்: ‘அம்மணத்தில் என்னைப்போலக் காட்சி தருபவர்கள் பலர் இருக்கக்கூடும். ஆனால் என் முகம் எனக்கு மட்டும்தான். ஆகவே அதை மறைத்துக்கொண்டேன்.’ அதிகாரத்திற்கு வால்பிடிப்பதை ஒரு கலைச் செயல்பாடாக மேற்கொண்டுவரும் இலக்கியவாதிகள் ஒரு சிலர் செம்மொழி மாநாட்டில் ‘தீவிர’ கருத்துகளை உதிர்த்துவிட்டு வந்திருக்கும் செய்தியறிந்தபோது இக்கதை நினைவுக்கு வந்தது. இலக்கியத் தளத்தில் முகத்தை மறைத்தாலும் குறியை மறைத்தாலும் மதிப்பீடுகளின் அம்மணத்தை மறைக்கவே முடியாது.

இதழ் 128, ஆகஸ்டு 2010

16

படையெடுப்பு

சீனர்களின் படையெடுப்பின் காலம் இது. நெடுங் காலமாக ஒரு பெரும் கோட்பாட்டுச் சிறைச்சாலையில் அடைபட்டுக் கிடந்த மக்களில், அதன் புதிய பொருளா தாரக் கொள்கைகள் காரணம் வசதிபெற்றிருக்கும் புதிய வர்க்கம் உலகைப் பார்க்கக் கிளம்பியிருக்கிறது. குறிப்பாக மேற்கை. மேற்கின் தீமைப் பண்பாடு பற்றிய சீன அரசின் அரை நூற்றாண்டுகாலப் பிரச்சாரத்தின் தாக்கத்தை இனி ஆராய்ந்துதான் பார்க்க வேண்டும். இப்படை எடுப்பின் பார்க்கக் கிடைக்கும் மற்றும் ஊகிக்கக்கூடிய பின்விளைவுகள் சுவாரஸ்சியமானவை.

2009 கொழும்பில் விமான முனையத்திலேயே விமானம் மாறி பிராங்பர்ட் செல்லும் விமானத்தைப் பிடிக்க வேண்டும். பாதுகாப்பு அதிகாரிகள் இருவர் கையில் சிக்கிக்கொண்டேன். பெரும் ஆத்திரத்தோடு இருந்தார்கள். என் தமிழக முகவரி கவனத்தை ஈர்த்திருக்க வேண்டும். இதுவரை நான் காணாதவகையில் என்னை யும் எனது தாள்களையும் சோதனையிட்டார்கள். தோண்டித் துருவியும் ஒன்றும் சிக்கவில்லை. அன்று கொழும்பில் நடந்த குண்டுவெடிப்பின் பின்விளைவோ இது எனப் பின்னர் செய்தியைப் பார்த்தபோது தோன்றி யது. விமானத்தில் சிங்களவர்கள் தமிழில் பேசும் கொடுமை யான அறிவிப்புகள். சோதனை மேல் சோதனை.

ஒரு மணித்துளிக்குப் பின்னர் சிங்களச் சிப்பந்திகள் உணவு பரிமாறக் கிளம்பினார்கள். விமானம் முழுக்கச் சீனர்கள். அவர்கள் யாருக்கும் ஆங்கிலம் தெரியவில்லை. சிப்பந்திகளுக்குக் கோழிக்கறியா ஆட்டுக்கறியா என்று தெரிய வேண்டும். பல நிமிடங்கள் உணவுப் பரிமாற்றம் ஸ்தம்பித்தது. பின்னர் சிப்பந்தி ஒருவருக்குப் பொறி தட்டியது. சீனர்களிடம் சென்று ‘கொக் கொக் கொக்’ என்றும் ‘மேயயய’ என்றும் கத்திக் காட்டினார். சீனர்கள் பெருமகிழ்ச்சியடைந்தார்கள். பிரச்சினை தீர்ந்தது. விமானம் சிரிப்பலைகளில் அதிர்ந்தது.

பிராங்பர்ட் விமான முனையத்தில் சுங்கச் சாவடியில் வரிசையில் நின்றேன். சீனர்களின் வரிசையில் நான் ஒரே அந்நியன். மணி, மாலை ஆறு இருக்கும். சுங்க அதிகாரியின் முகம் கன்னிக் கிடந்தது. என் கடவுச்சீட்டை நீட்டினேன். நிமிர்ந்து பார்த்தவர் "நீங்கள் ஏன் சீனராக இல்லை?" என்றார். புன்சிரிப்பு மட்டுமே என் பதில். "இன்று காலையிலிருந்து இப்போதுவரை சீனர்களைத் தவிர யாருடைய கடவுச்சீட்டையும் நான் பார்க்கவில்லை!" என்றார் நக்கலாக.

ஜெர்மன் அதிகாரியிடம் வெளிப்பட்ட மிஞ்சிய எரிச்சலுக்கு என்ன காரணம்? சீனர்களின் வருகையில் அன்னியச் செலாவணி பெருகும், தொழில் தழைக்கும் இத்தியாதி. எந்த நாட்டிற்குத் தான் இவை தேவையில்லை?

மேற்கத்தியர்களுக்குப் பிற பண்பாடுகளைச் சென்று பார்த்துத்தான் பழக்கம். வியப்படைந்து, நோட்டம் விட்டு, புகைப்படம் எடுத்து, அவர்கள் மற்றவர்களைப் பதிவுசெய்தல் மகிழ்ச்சி தரும். அவர்களைப் பார்க்கப் பிறர் பெருந்திரளாக வருதல் பிரச்சினைக்குரியது. மைக்ரோஸ்கோப்பின் மறுமுனையில் இருக்கும் கிருமி மனிதனை ஆராய்வது போன்றது இது. அதுவும் காலனியாதிக்க நாடுகளிலிருந்து செல்பவர்களை எதிர்கொள்வது – அவர்கள் மேற்கின் பண்பாட்டில் பெருமளவு தாக்கம் பெற்றவர்கள் என்பதால் – எளிது. சீனர்கள், நம்மைப் பார்த்து மேற்கத்தியர்கள் வியப்படைவது – பாம்பாட்டி, யானை, சேலை, கூட்டம், வறுமை – போல அவர்களைப் பார்த்து வியப்பார்கள். மேற்கின் மொழிகளை, பண்பாட்டை அதிகமும் அறியாதவர்கள் சீனாவின் சீனர்கள். (உலகின் பல நாடுகளில் குடியுரிமை பெற்றிருக்கும் சீனர்கள் பொதுவாக எளிதில் இரண்டறக் கலந்துவிடும் சுபாவம் கொண்டவர்கள்) புறக்கணிக்க முடியாத எண்ணிக்கையும் வலிமையும் கொண்ட சீனாவின் வளர்ச்சி மேற்கிற்குப் பதற்றம் ஏற்படுத்துவது. அவர்கள் வருகை அவர்கள் வருங்கால ஆதிக்கத்தின் மணியோசையாகப் பார்க்கப்படுகிறதோ?

இணையம்

இன்ப அதிர்ச்சிகள் எனக்கு அடிக்கடி வாய்ப்பதில்லை. சமீபத்தில் *காலச்சுவடு* பற்றிய ஒரு சுயமதிப்பீட்டை மேற்கொண்டேன். தொழில்ரீதியான மதிப்பீடு. அதற்காகக் *காலச்சுவடு* இணையதளத்தை எத்தனை பேர் பார்வையிடுகிறார்கள் என்பதை அறிய விரும்பினேன். நான் முற்றிலும் எதிர்பாராத விதமாக எத்தனை நபர்கள் என்ற விபரம் மட்டுமல்ல, எந்த நாட்டிலிருந்த எந்த எந்த நாட்களில் எந்த எந்தப் பக்கங்களை எத்தனை நிமிடங்கள் பார்வையிடுகிறார்கள் போன்ற நுட்பமான விவரங்

கள் தேசப்படம், வரைபடம் ஆகியவற்றுடன் கிடைக்கும் என்பது தெரிந்தது. 2009ஆம் ஆண்டுக்கான முழு விவரங்களை ஒட்டுமொத்தமாகப் பார்வையிடவும் முடிந்தது. இன்ப அதிர்ச்சி அளித்த விவரம் இதுதான். நூற்றிப் பதினோரு நாடுகளிலிருந்த சுமார் 50,000 தனிப் பார்வையாளர்கள் (அதாவது ஒரு கணினியி லிருந்து நூறுமுறை வந்தாலும் ஒரு பார்வையாளராகவே கணக்கிடப்படுவார்) *காலச்சுவடைப்* பார்வையிட்டுள்ளார்கள் என்று தெரிந்தது. நான் நினைத்ததுபோல அதிகப் பார்வையாளர் கள் வெளிநாடுகளில் அல்ல, இந்தியாவிலேயே இருக்கிறார்கள் என்பதும் புதிய செய்தியாக இருந்தது. பொதுவாக அதிகப் பார்வையாளர்கள் வருகை தந்தது இலங்கை, கனடா, மத்தியக் கிழக்கு நாடுகள், சிங்கப்பூர், மலேசியா, மேற்கு ஐரோப்பா, அமெரிக்கா, இங்கிலாந்து ஆகிய நாடுகளிலிருந்து. ஒரு சில ஆப்பிரிக்க மற்றும் தென் அமெரிக்க நாடுகளைத் தவிர எல்லா நாடுகளிலும் பார்வையாளர்கள் இருப்பதைத் உலகவரைபடம் காட்டியது.

இலங்கைப் பிரச்சினை பற்றி உலக அளவில் எந்த ஆங்கில, தமிழ் இதழும் செய்யாத அளவில் புதிய பதிவுகளையும் புதிய பார்வைகளையும் *காலச்சுவடு* பிரசுரித்ததே இந்த மிகப் பரந்த வீச்சிற்குக் காரணமாக இருக்க வேண்டும். பெங்குவின் பதிப்பகம் இலங்கை பற்றிய, *காலச்சுவடு* பதிவுகளின் தேர்வை அடுத்த ஆண்டு ஆங்கிலத்தில் வெளியிட ஒப்பந்தம் செய்துள்ளமை இதற்குச் சான்று.

2009இல் எந்தப் பதிவை அதிகப் பார்வையாளர்கள் பார்வை யிட்டார்கள் என்று பார்த்தேன். வன்னியில் என்ன நடந்தது? (*காலச்சுவடு*, இதழ் 116, ஆகஸ்டு 2009). எந்த நாளில் அதிகப் பார்வையாளர்கள் காலச்சுவடு இணையதளத்திற்கு வருகை தந்தார்கள்? மே 18, 2009. ஒரு இனத்தின் மாபெரும் இறுதி அஞ்சலியின் சிறிய கூடமாகக் காலச்சுவடும் இருந்திருக்கிறது.

1984

1984 நாவலைப் படித்து சுமார் 25 வருடங்கள் இருக்க லாம். 1949இல் ஜார்ஜ் அர்வல் பிரசுரித்த இந்த நாவல் 1984ஆம் ஆண்டில் கதை நடப்பதாகப் புனையப்பட்டது என்பதால் 1984இல் அதற்குக் கிடைத்த ஊடகக் கவனம் காரணமாக நான் படித்திருக்கலாம். சமீபத்தில் நினைவிலிருந்து இந்நாவலை முன்வைத்து சில கருத்துகளை 'நீயா நானா' நிகழ்ச்சியில் பங்கெடுத்தபோது பேசினேன். கொஞ்சம் பயம்தான்.

சுமார் 15 ஆண்டுகளுக்கு முன்னர் இலக்கிய விமர்சகராக தமிழக இடதுசாரிகளால் கருதப்படும் எழுத்தாளர் 1980களில்

வெளிவந்த சுமார் 50 நாவல்களை மதிப்பிட்டுக் கட்டுரை எழுதினார். முதலில் நாவலின் கதைச் சுருக்கம்; இறுதியில் இது வெற்றிபெற்ற நாவல் அல்லது தோல்வி அடைந்த நாவல் என்ற தீர்ப்போடு 50 குறிப்புகளாக கட்டுரை அமைந்தது. என் நினைவில் 49 நாவல்களை வெற்றி பெற்ற நாவல்களாகவும் 'ஜே.ஜே. சில குறிப்புகள்'ஐ தோல்வி அடைந்ததாகவும் அவர் மதிப்பிட்டிருந்தார்.

பின்னர் இது பற்றி ஒரு சிற்றிதழில் ஒரு குறிப்பு வெளிவந்தது. சா. கந்தசாமியின் நாவலைப் பற்றி விமர்சகர் எழுதிய கதைச் சுருக்கம் பிழை என்றும் நூலில் தொலைக்காட்சித் தொடராக மாற்றப்பட்டபோது கதையில் செய்யப்பட்ட திருத்தங்களுக்கு ஏற்பவே விமர்சகரின் கதைச் சுருக்கம் அமைந்துள்ளது என்றும் அக்குறிப்பு குற்றஞ்சாட்டியது. குறிப்பெழுதியவர் தன் பெயரை 'கொக்காட்டித் துலுக்கன்' என்று குறிப்பிட்டிருந்தார். விமர்சகர் பதிலெழுதும்போது இவரை எவ்வாறு விளிப்பார் என்றறிய நெஞ்சம் குறுகுறுத்தது. 'கொக்காட்டித் துலுக்கன் அவர்கள்' என்று எழுதுவாரா? 'பதிலும் அடுத்த இதழில் வெளிவந்தது. 'கொ. அ. து' அவர்களுக்கு' என்று சமத்தாகாரமாக விளித்து எழுதப்பட்ட பதில் 'என் விமர்சன நேர்மையை சந்தேகிக்க வேண்டாம்' போன்ற உணர்ச்சி வாக்கியங்களோடு அமைந்தது.

*1984*ஐ இப்போது மீண்டும் படித்தேன். கண்காணிப்பின் குறியீடாகப் பயன்படுத்தப்படும் *'BIG BROTHER IS WATCHING YOU'* என்னும் வாக்கியம் இடம்பெற்ற நாவல் இது. அதில் வரும் ஓபிரியன் போன்ற கவர்ச்சிகரமான ஆளுமையுடைய, அதிகாரத்திற்கு எதிரான இயக்கத்திற்கான அறிக்கைகளையும் *(Manifesto)* எழுதிவிட்டு அதிகாரத்தின் தாசாதி தாசனாகச் செயல்படும் திறன்கொண்ட ஆளுமைகளை நம் காலத்திலும் காணமுடிகிறது. அதில் உள்ள 'சிந்தனைக் காவலர்'களுக்கு இணையாக மின்னஞ்சல், குறுஞ்செய்தி, செல்பேசி, தொலை பேசி எல்லாவற்றையும் பதிவு செய்து நம் சிந்தனைகளை கண்காணிக்கும் இன்றைய சூழல் நெருக்கமாக இருக்கிறது.

கடந்த சில ஆண்டுகளில் தமிழ்ச் சூழலில் நமது செய்கைகள், சொற்கள் பதிவு செய்யப்படலாம் என்ற எச்சரிக்கை உணர்வு மிஞ்சி, பலரின் செயல்பாட்டின் சுதந்திரத்தைக் குறுக்குவதைப் பார்க்க முடிகிறது. நிச்சயமாக எனக்கு அது ஏற்பட்டுள்ளது. பூட்டிய அறைகளிலும் குளிப்பறையிலும் காமிராவைத் தேடும் கண்கள் உருவாகியிருக்கின்றன. அதிகாரத்தின் தளுக்கு இலக்கியம், ஊழல் அரசியல், உளவு கூலிப்படை, கண்காணிப்பின் வக்கிரம் எல்லாம் இணைந்திருக்கும் தமிழ்ச் சூழலில் *1984* கிலியூட்டும் அளவிற்கு நெருக்கமாக இருக்கிறது.

என்னுரை

அனைவருக்கும் வணக்கம்

சில நிகழ்வுகள் ஏற்பாடுகளினால் நடக்கும், சில கூடிவரும். அத்தகைய கூடிவந்த ஒரு நிகழ்வாக இந்நிகழ்வு எனக்கு மகிழ்ச்சியைத் தருகிறது. எண்பதுகளில் தமிழ், ஆங்கில இதழ்களை வெறியோடு படித்துவந்த காலகட்டங்களில் பல சிறுபத்திரிகைகளைத் தொகுதிகளாகப் படித்து வந்தேன். அதில் ஒன்று பெங்களூரிலிருந்து தமிழவன், ஜி.எஸ்.ஆர். போன்றவர்கள் இணைந்து நடத்திய *படிகள்*. புனைவுகளைவிட எனக்குக் கட்டுரைகள்மீது விருப்பம் அதிகம் என்பதால், சமூகவியல் சார்ந்த *படிகள்* இதழைக் கிட்டத்தட்ட முழுமையாகவே படித்தேன். ஜி.எஸ்.ஆர் அதில் கிளாட் அல்வாரீசின் *Homo Faber* என்னும் நூல் பற்றி எழுதியிருந்த கட்டுரையும் என் கவனத்தை ஈர்த்தது. அப்போது நான் கிட்டத்தட்ட பாராயணம் செய்த *Illustrated Weekly of India*விலும் கிளாட் தொடர்ந்து எழுதிவந்ததால் அவர் பார்வையும் எனக்கு அறிமுகமானது.

ஜி. எஸ். ஆரின் கட்டுரையைப் படித்துவிட்டு *Homo Faber* நூலைத் தேடியபோது *Decolonising History* என்னும் நூல் கிடைத்தது. கொலம்பஸ் ஏற்கனவே இருந்துகொண்டிருந்த அமெரிக்காவைச் சென்றடைந்தது எப்படிக் 'கண்டுபிடிப்பாயிற்று' என்பது இளமையில் என் மனதில் குறுகுறுத்த கேள்விகளில் ஒன்று. கிளாட் தன்னுடைய *Homo Faber* நூலைக் கொலம்பஸ் அமெரிக்கக் கரையை எட்டிய 500ஆம் ஆண்டுத் தருணத்தில் புதிய முன்னுரையுடன் புதிய தலைப்பில் *Decolonising History* என்று வெளியிட்டுள்ளார் என்னும் செய்தி நூலிலிருந்து கிடைத்ததும் அதை உடனே வாங்கினேன்.

அந்நூலைப் படித்தேன் என்று சொல்வதைவிடக் கற்றேன், மீண்டும் மீண்டும் பலமுறை கற்றேன் என்றுதான் சொல்ல வேண்டும். வாழ்க்கைப் பார்வையை மாற்றியமைத்த கையளவு நூல்களில் இதுவும் ஒன்று.

இன்னொரு செய்தியையும் பகிர்ந்துகொள்ள வேண்டும். *காலச்சுவடு* இதழை 1994 ஆண்டு பொறுப்பெடுத்து நடத்தத் துவங்கியபோது, செயல்திட்டம் ஒன்றைத் தயாரித்தேன். அதன் நேர்காணல் பட்டியலில் கிளாட்டின் பெயர் இருந்தது. அன்றிலிருந்து ஜி.எஸ்.ஆரை சந்திக்கும்போதெல்லாம் இதை நினைவுபடுத்திக்கொண்டிருப்பேன். இப்போது 16 ஆண்டுகளுக்குப் பிறகு அதுவும் நடைபெறும் சூழல் ஏற்பட்டுள்ளது. இந்த அரங்கிற்கு கிளாட் அல்வாரீஸ் அவர்களை வரவேற்பதில் பெருமகிழ்ச்சியடைகிறேன்.

கண்ணன்

இவ்வரங்கிற்கு தலைமை தாங்கும் என். முத்து வேலாயுதம் மக்களின் இடம்பெயர்வு, சுற்றுச்சூழல் பாதுகாப்பு போன்ற பல தளங்களில் முக்கிய பங்களிப்புகளை அளித்துவருபவர். அவர்கள் இந்த அரங்கிற்கு தலைமை தாங்குவது மிகப் பொருத்த மானது. அவரை அன்புடன் வரவேற்கிறோம்.

காந்தியைப் பற்றிய தரம்பாலின் *Understanding Gandhi* நூலை சுமார் நான்கைந்து ஆண்டுகளுக்கு முன்னர் படித்தபோது மொழிபெயர்த்து வெளியிட வேண்டிய நூல் அது என்ற எண்ணம் ஏற்பட்டது. தரம்பாலின் நூலை ஆங்கிலத்தில் வெளி யிட்டது கிளாட்டின் வழிகாட்டுதலில் நடக்கும் *Other India Press* என்ற பதிப்பகம்தான். காந்தியை பிறர் திறம்படக் கற்று உருவாக்கிய கருத்துகளைப் படித்துவிட்டு எழுதப்படும் இரண் டாம் உற்பத்தித் தயாரிப்புகள் பல தமிழில் வெளிவருகின்றன. ஆனால் இந்நூல் தனது வாழ்நாளை காந்திய ஆய்வில் கழித்த ஒரு அறிஞரின் உணர்வுபூர்வமான பதிவாக அமைகிறது. விவாதிக்க, ஏற்க, மறுக்க பல கருத்துகளைக் கொண்ட நூல் இது. ஆனால் சந்தேகமின்றி காந்தியின் எழுத்துக்களை, முழுமை யாகக் கற்று, காந்தி பற்றிய எழுதப்பட்ட அனைத்து முக்கியமான பதிவுகளையும் கற்று எழுதப்பட்ட நூல். காந்தி பற்றிய வாசிப்பும், ஆர்வமும் கல்வியும் விவாதமும் திராவிட, இடதுசாரி இயக்கங் களினால் ஏற்பட்ட எதிர்மறை அழுத்தத்தை மீறி தமிழில் ஏற்படத் துவங்கியுள்ள இன்றைய நிலையில் இந்நூல் பரவ லான விவாதங்களை ஏற்படுத்தும் என்பது என் நம்பிக்கை.

❍

திலகர் பற்றிய தொகுக்கப்படாத வ.உ.சி.யின் ஒரு கட்டுரைத் தொடரைத் தொகுத்து வழங்கியிருக்கிறார் நண்பர் சலபதி. பாரதி, பு.பி. போன்ற கடந்த நூற்றாண்டின் பல முக்கிய ஆளுமைகளின் படைப்புகளைப் புதிதாகக் கண்டெடுத்தும், உதிரியாகப் பிரசுரம் பெற்று காலவெள்ளத்தில் அமிழ்ந்து கிடப்பவற்றை வெளிப்படுத்தியும் முக்கிய பங்களிப்புகளை செய்து வருபவர் அவர். அவ்வரிசையில் இந்நூலும் இப்போது இடம்பெறுகிறது.

இந்நூலை வெளியிடுபவர், வ.உ.சி. ஆய்வாளர்களுக்கு அனைத்து உதவிகளையும் வழங்கும் அவரது கடைசி மகன் வ.உ.சி. வாலேஸ்வரன். அவர் இன்று இந்நிகழ்ச்சியில் கலந்து கொண்டிருப்பது இவ்வரங்கின் மதிப்பை உயர்த்தியிருக்கிறது. நூலைப் பெற்றுக்கொள்ளும் ஆ. சிவசுப்ரமண்யன் 'வ.உ.சியும் திருநெல்வேலி எழுச்சியும்' என்ற நூலின் வழி வ.உ.சி ஆய்வுக்குப் பங்களித்திருக்கும் தமிழின் முக்கிய ஆய்வாளர். மாணவர்களுக்

காக வ.உ.சி.யின் தெளிவான ஒரு வாழ்க்கை வரலாறு நூலையும் இவர் எழுதியிருக்கிறார்.

தரம்பாலினுடைய சகாவாகப் பல பத்தாண்டுகள் உறவு கொண்டிருந்த ஜி.எஸ்.ஆர். கிருஷ்ணன் தரம்பாலின் 'காந்தியை அறிதல்' நூலை வெளியிடுகிறார். இது மிகவும் பொருத்தமானது, ஏனெனில் தமிழில் தரம்பால் பற்றிய அறிமுகத்திற்கான முழுப் பெருமையும் அவருக்கே உரியது.

இந்நூலைப் பெற்றுக்கொள்ளும் பத்மநாப ஐயர் தமிழக – இலங்கைத் தமிழர் உறவிலும் ஈழத்து இலக்கியத்தை உலகப் பார்வைக்குக் கொண்டுசெல்வதிலும் தவிர்க்க முடியாத பங்களிப்பைச் செய்திருப்பவர். இப்போதும் சில ஈழத்துத் தமிழ் நூல்களை அச்சிடவும் சில அரங்குகளை ஒழுங்கு செய்யவும் வருகை தந்திருக்கும் அவரைப் பல பணிகளுக்கிடையில் இரண்டு நாள்களுக்கு இங்கு கடத்திக்கொண்டு வந்திருக்கிறோம்! அவரையும் அன்புடன் வரவேற்கிறோம்.

மதுரைக்குச் சற்று தொலைவில் நடைபெறும் இந்நிகழ்ச்சியில் கலந்துகொள்ள ஆர்வத்துடன் வருகை தந்திருக்கும் உங்கள் அனைவருக்கும் என் வணக்கம்.

இன்றைய நிகழ்வை வடிவமைப்பதிலும் இம்மையத்தை தேர்வு செய்தமையிலும் கிளாட் அவர்களின் வருகையை உறுதிப் படுத்தியதிலும் இன்னும் பல நுணுக்கமான விஷயங்களிலும் பொறுப்பெடுத்து செயல்பட்டவர் நண்பர் ராம்.

பெரியவர் ஜே.பி. அவர்கள் அகிம்சை அமைதிக்கான அனைத்துலக காந்திய நிறுவனத்தினை இந்நிகழ்விற்கு பயன் படுத்த அனுமதியும் ஒத்துழைப்பும் வழங்கியதோடு இந்நிகழ்விற்கு வருகை தந்திருப்போருக்கு மதிய உணவையும் வழங்க முன் வந்துள்ளார்கள். அவரையும் பிற அமைப்பு சார்ந்த நண்பர்களையும் இவ்வரங்கிற்கு வணக்கத்துடன் வரவேற்கிறேன்.

மதுரையில் நடைபெறும் இந்நிகழ்ச்சிற்கு பல ஏற்பாடுகள் செல்வதில் உடன் நின்ற நண்பர்கள் தேவேந்திர பூபதி மற்றும் ஸ்ரீசங்கர்.

நிகழ்ச்சியை ஒருங்கிணைக்கும் நண்பர் சண்முக ராஜாவும் மதுரை நண்பர்கள் அனைவரையும் அன்புடன் வரவேற்கிறோம்.

(மதுரையில் 05.06.2010 அன்று நடைபெற்ற காலச்சுவடு பதிப்பகத்தின் நூல் வெளியீட்டு விழாவின்போது ஆற்றிய உரை)

இதழ் 131, நவம்பர் 2010

17

தருணம்

தினகரன் படுகொலை வழக்குத் தீர்ப்பு பற்றி மனித உரிமைப் போராளியும் வழக்கறிஞருமான சுதா ராமலிங்கம் அவர்களின் விமர்சனம் *காலச்சுவடு* இதழ் 131இல் (அக்டோபர் 2010) வெளிவந்திருந்தது. படுகொலை நடந்தது மே 2007இல். தீர்ப்பு வெளிவந்தது டிசம்பர் 2009இல். தீர்ப்பின் முடிவுகளை (எல்லோர்க்கும் விடுதலை) கோர்ட்டில் கனம் நீதிபதி அவர்கள் வெளிப்படுத்திய பின்னர் இப்பிரச்சினை பற்றி ஊடகங்கள் மௌனம் பழகின. சர்ச்சைக்குரிய இவ்வழக்கின் முழுத்தீர்ப்பும் ஆராயப்படவே இல்லை. ஒரு ஊடக நிறுவனம் பட்டப் பகலில் ஊடகவியலாளர்கள் கண்முன்னர் தாக்கப்பட்டு, ஊழியர்கள் உயிருடன் எரிக்கப்பட்ட வழக்கின் அன்றாட நீதிமன்ற நடப்புகளை நாளிதழ்கள் வெளியிடவில்லை. சன் குழுமத்தின் ஊடக ஆதிக்கப் போக்குகளையும் இவ்வழக்கின் மையத்திலிருக்கும் கருத்துச் சுதந்திரம் மற்றும் அரசியல் அராஜகம் பற்றிய பிரச்சினைகளையும் போட்டி ஊடகங்களால் பிரித்துப்பார்க்க முடியவில்லை போலும். மேலும் நம் ரோமாபுரி ராஜா கட்டி ஆளும் மதுரையில் ஊடகங்களின் குரல்வளைகள் நெறிக்கப் பட்டுள்ளன.

இத்தீர்ப்பின் பிரதியை நீதிமன்றத்திலிருந்து பெறத் தொடர்ந்து முயன்றேன். மதுரை வழக்கறிஞர்களிடம் என் பெயரில் விண்ணப்பித்துத் தீர்ப்பின் நகலைப் பெற்றுத் தரப் பலமுறை கேட்டும் அது நடக்கவில்லை. விண்ணப் பிக்கவே பயந்தார்கள். இந்நிலை எனக்குக் கலக்கத்தை ஏற்படுத்தியது. பின்னர் மதுரை மக்கள் கண்காணிப்பகம் வழி நகலைப் பெற்றோம். சர்ச்சைக்குரிய அயோத்தியா தீர்ப்பு அகில இந்திய அளவிலும் தமிழகத்திலும் விரிவாக விவாதிக்கப்படுகிறது. *தினகரன்* தீர்ப்பு பற்றித் தமிழக அறிவுஜீவிகள் தமது வழக்கமான 'திராவிட' மௌனத்தைப் பேணுகின்றனர். உலகப் பிரச்சினைகள், அகில இந்தியப் பிரச்சினைகள், இலங்கைப் பிரச்சினை ஆகியவை நம்

கவனத்திற்குரியனதாம். ஆனால் இவற்றுக்காகக் களத்தில் இறங்கிப் போராடுபவர்கள் தமிழக அரசின் பாசிசப் போக்கு பற்றி மௌனம் சாதிப்பதை ஏற்க முடியவில்லை. தமக்கு எந்த இழப்பும் நேராமல் புரட்சிகர ஒப்பனை செய்துகொள்வது தமிழக அறிவுஜீவிகளுக்குக் கைவந்த கலை.

காலச்சுவடு இதழ் 125இல் (மே 2010) வெளிவந்த நேர்காண லில் *தினகரன்* வழக்குப் பற்றி ஹென்றி திபென் இவ்வாறு கூறியிருந்தார்: "இப்போது நீதி மன்றம் அளித்துள்ள தீர்ப்பைப் படித்துக்கொண்டிருக்கிறோம். தேவைப்பட்டால் உயர் நீதி மன்றத்தையோ உச்ச நீதிமன்றத்தையோ நாடுவோம். *தினகரன்* வழக்கை இதோடு விட்டுவிட்டோம் என்றால் மறுபடியும் நமது பணியில் நாம் தவறுகிறோம் என அர்த்தம். இவை கடினமான பணிகள். ஆனால் குஜராத்தில் பெஸ்ட் பேக்கரி வழக்கில் இந்தக் கடினமான பணியை டீஸ்டா செடல்வாட் (Teesta Setalvad) போன்ற ஒருவர் செய்ததால்தான் இன்றும் நாம் ஜனநாயகம் பற்றிப் பேசமுடிகிறது." சுதா ராமலிங்கமும் "நாம் அநீதியான இந்தத் தீர்ப்புக்கெதிராக மிகப் பெரிய அளவில் போராடியாக வேண்டும்" என்று கருத்துரைத்திருக்கிறார்.

செயலில் இறங்க வேண்டிய தருணம் இது.

தமிழ்க் கவிதை

துருக்கியின் தலைநகர் இஸ்தான்புல்லில் போகாசிசி (Bogazici) பல்கலையில் நடந்த கருத்தரங்கில் எட்வர்ட் ஃபாஸ்டர் பேசியதைக் கேட்டேன். தமிழில் சிறுபத்திரிகை மனோபாவம் என்று பார்க்கப்படக்கூடிய தன்மை அவர் உரையில் வெளிப் பட்டது. அமெரிக்காவில் *'Small Press'* வகையைச் சார்ந்த ஒரு சிறுபதிப்பகமும் சிற்றிதழும் நடத்திவருகிறார் என்பது பேச்சில் தெரிந்தது. இதழ் பெயர் 'டாலிஸ்மன்' (*Talisman*). கவிதை மற்றும் கவிதையியலுக்கான இதழ்.

பின்னர் அவரிடம் உரையாடியபோது சேரன் கவிதைகள் பற்றிப் பேசினேன். ஆங்கிலமொழி பெயர்ப்பில் அவர் தொகுப் பொன்றை 'டாலிஸ்மன்' வெளியிட முடியுமா என்று கேட்டேன். லக்ஷ்மி ஹோம்ஸ்ரோமிடம் சேரன் கவிதைகளின் மொழி பெயர்ப்பு தயாராக இருந்தமை எனக்குத் தெரியும். தமிழ்க் கவிதைகள் பற்றிய செய்திகளை எட்வர்ட் கேட்டுத் தெரிந்து கொண்டார். கூச்ச சுபாவமும் தேவைக்கு அதிகமாக ஒரு சொல்லையும் சிந்தாத பாவமும் கொண்டவர். ஊர் திரும்பியதும் மின்னஞ்சலில் நீண்ட உரையாடல் தொடங்கியது. இறுதியில் அவர் தமிழ்க் கவிதைகளின் தேர்வை 'டாலிஸ்மன்' இதழில் வெளியிட முன்வந்தார்.

லக்ஷ்மியுடன் தொடர்புகொண்டதும் அவரும் ஆர்வத்துடன் தனது மொழிபெயர்ப்புகளிலிருந்து ஒரு தேர்வை ஒரு அறிமுகத்துடன் அனுப்பிவைத்தார். கடந்த அக்டோபரில் வெளிவர வேண்டிய இதழ் இந்த அக்டோபரில் வெளிவந்திருக்கிறது! ('டாலிஸ்மன்' சிறுபத்திரிகை என்பதற்கு வேறு என்ன ஆதாரம் வேண்டும்!) ஆங்கில வடிவம் இங்கே காணக் கிடைக்கும்: *http://www.kalachuvadu.com/talisman.pdf.*

தொகுப்பில் கீழ்க்காணும் கவிஞர்களின் கவிதைகள் இடம் பெற்றிருக்கின்றன: சுந்தர ராமசாமி, ஷண்முகம் சிவலிங்கம், வ. ஐ. ச. ஜெயபாலன், சிவசேகரம், அ. சங்கரி, அ. யேசுராஜா, சேரன், திருமாவளவன், அனார், மனுஷ்ய புத்திரன், சல்மா, மாலதி மைத்ரி, குட்டி ரேவதி. (பிரதிகள் கவிஞர்களுக்கு அனுப்பி வைக்கப்படும்.) கவிதைகளின் தேர்வு லக்ஷ்மியினுடையது.

அமெரிக்காவில் கவிதை வெளியிடும் சிறுபதிப்பகங்கள் உண்டு. அவை தமிழ்க் கவிதைகளின் மொழிபெயர்ப்பைப் பிரசுரிக்க இக்கவிதைகள் தூண்டுதலாக இருக்குமா எனப் பார்க்கலாம்.

'டாலிஸ்மன்' இதழ் கையில் கிடைத்ததும் பார்த்தால் அதன் முன் அட்டையில் 'இதுவே இறுதி இதழ்' எனக் குறிப்பிடப் பட்டிருந்தது. சில காலத்திற்குப் பிறகு இணையத்தில் தொடரும் திட்டம் 'டாலிஸ்ம'னுக்கு இருக்கிறது. இறுதி இதழில் தமிழ்க் கவிதைகளை வெளியிட்ட எட் ஃபாஸ்டரை நினைத்தால் நெகிழ்ச்சியாக இருக்கிறது. வருத்தமாகவும் இருக்கிறது.

வரலாறு

*1994*இல் நடந்த உலகத் தமிழ் மாநாட்டைக் கருணாநிதி எவ்வாறு எதிர்கொண்டார்? அக்காலகட்டத்துப் பத்திரிகை நறுக்குகள் சிலவற்றை நண்பரொருவர் தனது பழைய கோப்புகளிலிருந்து எடுத்துக் கொடுத்தார். எந்த நாளிதழ் என்பது தெளிவாகத் தெரியவில்லை. விளிம்பில் தெரியும் எழுத்துகளைப் பார்க்கத் *தினமலராக* இருக்கலாம் எனத்தோன்றுகிறது. (*தி இந்து* நாளிதழ் நறுக்குகளும் கிடைத்தன.)

கருணாநிதியின் இலக்கிய முகவர் பெருங்கவிக்கோவும் இலங்கை கே. சச்சிதானந்தமும் தமது 'சர்வதேசத் தமிழாய்வுச் சங்க'த்திலிருந்து – இதுவரை இந்த 'சர்வதேச' 'ஆய்வு' சங்கத்திலிருந்து என்ன என்ன 'சர்வதேச' ஆய்வுகள் மேற்கொள்ளப்பட்டுள்ளன, அவ்வாய்வுகள் எந்தெந்த 'சர்வதேச' இதழ்களில் பிரசுரம் பெற்றுள்ளன என்பதை அறிய ஆவல் – உயர் நீதிமன்றத்தில் உலகத்

தமிழ் மாநாட்டைத் தடைசெய்யக் கோரி வழக்கு தொடுத்தார்கள். பெருங்கவிக்கோவை அறியாத தமிழர்கள் – தமிழ் துரோகிகள்! – யாரேனும் இருந்தால் அவர்களுக்காக ஒரு வரி. பெருங்கவிக்கோ ஸ்வீடன் தலைநகரான ஸ்டோக்ஹொமிலிருக்கும் நோபல் அகாதமி அலுவலகத்திற்கு நேரில் சென்று தனக்கு இலக்கியத்திற்கான நோபல் பரிசு கிடைக்க விண்ணப்பித்தவர்; அங்கிருந்து அவர் சென்னை மீண்டதும் அவருடைய சாதனையை மெச்சிப் பாராட்டுக் கூட்டம் நடந்தது.

வழக்கை 'சர்வதேசத் தமிழாய்வுச் சங்கம்' சார்பாக நடத்தியிருப்பவர் கருணாநிதிக்கு நெருக்கமான வழக்கறிஞர் காந்தி. மாநாட்டைத் தடைசெய்யக் கோரிய மனுதாரர்கள் சுட்டிக்காட்டிய பல காரணிகளில் முக்கியமான இரண்டு: 1. ஆடம்பரச் செலவு. 2. ஜெயலலிதாவின் 'கட் அவுட்'கள் வைக்கப்பட்டமை. இதைப் படித்ததும் 'செம்மொழி நாயகனே!' என்ற மதுரையில் அஞ்சா நெஞ்சனுக்கு வைக்கப்பட்டிருந்த 'கட் அவுட்'கள் நினைவுக்கு வந்தன. எழுதப்படிக்கத் தெரியாதவர்களை எல்லாம் செம்மொழி நாயகனாக்க முடியும் இங்கு – கம்பன் வீட்டுக் கட்டுத்தறியாக இருந்தால்.

மேற்படி நண்பர் வழக்குத் தீர்ப்பு வந்த அன்று ஏற்பட்ட நீதிமன்றக் காட்சிகளையும் வருணித்தார். ஆவேசமான திமுக உ.பிகளின் கூட்டம் நிறைந்த நீதிமன்றத்தில், மாநாட்டைத் தடைசெய்யக்கோரும் மனு நிராகரிக்கப்பட்டதும் அரசு சார்பாக வந்தவர்களைத் திமுக தொண்டர்களிடமிருந்து காப்பாற்றப் போலீஸ் கடும் பிரயத்தனப்பட வேண்டியிருந்ததாம்.

மூன்று பத்திரிகைச் செய்திகளைக் கூறியன கூறல் தவிர்த்துக் கீழே முழுமையாகக் கொடுத்திருக்கிறேன். ஒரு பழமொழி நினைவுக்கு வருகிறது. 'மாமியார் உடைத்தால் மண்குடம் . . .'

i

தமிழ் மாநாட்டுக்கு தடை விதிக்கக்கோரி உயர் நீதிமன்றத்தில் வழக்கு

தஞ்சையில் நடைபெறவுள்ள உலகத் தமிழ் மாநாட்டை தடைசெய்யக் கோரி சென்னை உயர் நீதிமன்றத்தில் வழக்கு தொடரப்பட்டுள்ளது.

இது தொடர்பாக தமிழக அரசுக்கு எதிராக சர்வதேச தமிழ் ஒருமைப்பாட்டு சங்கத்தின் அமைப்பாளர் வா.மு. சேது

ராமன், சர்வதேச தமிழ் ஆய்வுச் சங்கத்தின் (இலங்கைப் பிரிவு) துணைத்தலைவர் கே. சச்சிதானந்தம் ஆகியோர் தாக்கல் செய் திருந்த ரிட் மனுக்களின் விவரம் வருமாறு:

'உலகம் முழுவதும் உள்ள தமிழறிஞர்களை ஒரு இடத் திற்கு வரவழைத்து தமிழ்மொழியை மேம்படுத்துவது குறித்து விவாதிப்பதே தமிழ் மாநாடுகளின் நோக்கம். ஆனால், தஞ்சாவூரில் வரும் ஜனவரி 1ஆம் தேதி முதல் 5ஆம் தேதி வரை தமிழக அரசு ஏற்பாடு செய்துள்ள உலகத்தமிழ் மாநாடு, தமிழ் மாநாடு களின் நோக்கத்திற்கு முரணாக உள்ளது. ஆளும் கட்சிக்கு (அதிமுக) பலன் ஏற்படும் வகையில் உலகத் தமிழ் மாநாட்டுக் கான ஏற்பாடுகள் செய்யப்பட்டுவருகின்றன. ஆளும் கட்சியின் சுய விளம்பரத்திற்கு உலகத் தமிழ் மாநாடு பயன்படுத்தப் படுகிறது. மாநாட்டையொட்டி தஞ்சாவூரில் வளர்ச்சிப் பணிகள் என்ற போர்வையில் மக்களின் வரிப்பணம் ஆளும் கட்சிக்கு நெருக்கமானவர்களால் கொள்ளையடிக்கப்படுகிறது. வளர்ச்சிப் பணிகள் முழுமையடையாமலும், கட்டுமானப் பணிகள் தரம் குறைந்ததாகவும் உள்ளது.

பேராசிரியர் ஏ.எஸ். ஞான சம்பந்தம் (இந்தியா), டாக்டர். முத்துக்கண்ணப்பன் (இந்தியா), எஸ். புஷ்பரம் (மோரீஷஸ்), டாக்டர். பாஷ்யம் பிள்ளை (இலங்கை) போன்ற பல தமிழறிஞர் கள் மாநாட்டுக்கு அழைக்கப்படவில்லை. இதுவரை தமிழ் மாநாடுகளை நடத்தியுள்ள மலேசிய அமைச்சர் டத்தோ சாமிவேலு, மோரீஷஸ் அமைச்சர் ஏ. பரசுராமன் ஆகியோர் தஞ்சை மாநாட்டுக்கு அழைக்கப்படவில்லை. எங்களுக்கும் (வா.மு. சேதுராமன், சச்சிதானந்தம்) அழைப்பு இல்லை. மாநாட் டில் கலந்துகொண்டு தமிழ் ஆய்வு அறிக்கைகளை தாக்கல் செய்ய இலங்கையைச் சேர்ந்த 200 தமிழறிஞர்கள் ஏற்கெனவே மனுச் செய்துள்ளனர். மாநாட்டுக்கு இன்னமும் 10 தினங்களே இருக்கும் நிலையில், இவர்களது மனுக்களை அரசு இன்னமும் பரிசீலனை செய்யவே இல்லை.

தஞ்சை மாவட்டம் முழுவதும் முதல்வர் ஜெயலலிதாவின் கட் – அவுட்டுகள் வைக்கப்பட்டுள்ளன. இதிலிருந்தே கட்சித் தொண்டர்களை திருப்திப்படுத்தவே ஆளும் அதிமுக அரசு இந்த உலகத் தமிழ் மாநாட்டை ஏற்பாடு செய்துள்ளது என்பது தெரிகிறது. எனவே இதுவரை நடந்த தமிழ் மாநாடுகளில் கலந்துகொண்ட தமிழறிஞர்களை அழைக்காமல் தஞ்சையில் உலகத் தமிழ் மாநாட்டை தமிழக அரசு நடத்துவதற்கு நீதி மன்றம் தடை விதிக்க வேண்டும்' என்று மனுதாரர்கள் கோரி யிருந்தனர்.

நீதிபதி சிவராஜ் பாட்டீல் முன்னிலையில் இந்த வழக்கு செவ்வாயன்று விசாரணைக்கு வந்தது. மாநாட்டுக்கு அழைக்கப் பட்டுள்ள தமிழறிஞர்களின் பட்டியலை அரசின் சார்பில் அட்வகேட் ஜெனரல் ஆர். கிருஷ்ணமூர்த்தி நீதிமன்றத்தில் தாக்கல் செய்யும் வகையில் வழக்கு விசாரணையை நீதிபதி புதனன்று (டிச.21) ஒத்திவைத்தார்.

வியாழக்கிழமை, டிசம்பர் 22, 1994

ii

'உலகத் தமிழ் மாநாட்டை தமிழக அரசு நடத்தவில்லை'

'தஞ்சையில் நடைபெறும் உலகத் தமிழ் மாநாட்டை, தமிழக அரசு நடத்தவில்லை' என்று தமிழக அரசின் வழக்கறிஞர் ஆர். கிருஷ்ணமூர்த்தி கூறினார்.

அனைத்துலக தமிழ் ஆராய்ச்சி மன்றத்தின் (இலங்கைக் கிளை) துணைத் தலைவர் கே. சச்சிதானந்தன், உலகத் தமிழ் மாநாடு தொடர்பாக அரசுக்கு எதிராக ரிட் மனு தாக்கல் செய்துள்ளார். 'தஞ்சை மாநாட்டில் ஆய்வு அறிக்கைகள் தாக்கல் செய்ய மனு செய்துள்ள, இலங்கைத் தமிழ் அறிஞர்களுக்கு விசா அளிக்க ஏதுவாக, அவர்களது பெயர்களை இலங்கை யில் உள்ள இந்தியத் தூதரகத்திற்கு அனுப்புமாறு, மாநாட்டு அமைப்பாளராக உள்ள தமிழக தலைமைச் செயலாளருக்கு உத்தரவிட வேண்டும்' என்று சச்சிதானந்தன் தனது மனுவில் கோரியிருந்தார்.

இந்த மனுக்கள் மீதான வழக்கு விசாரணையின் போது, அரசு வழக்கறிஞர் மேற்கண்டவாறு கூறினார்.

அவர் மேலும் கூறியதாவது: 'தஞ்சையில் நடைபெற உள்ள உலகத் தமிழ் மாநாட்டை, தமிழக அரசு நடத்தவில்லை. சர்வதேச தமிழ் ஆராய்ச்சிச் சங்கம் ஒரு தன்னிச்சையான அமைப்பு ஆகும். சர்வதேச தமிழ் ஆராய்ச்சிச் சங்கத்தின் பெயரில்தான் 8 – வது உலகத் தமிழ் மாநாடு நடைபெற உள்ளது. தஞ்சாவூர் தமிழ் பல்கலைக்கழகம்தான் மாநாட்டை நடத்து கிறது. மாநாட்டிற்குத் தேவையான உதவிகளை மட்டுமே தமிழக அரசு செய்கிறது.

மாநாட்டை நடத்துவதற்கு 15 குழுக்கள் அமைக்கப்பட்டுள் ளன. அவற்றில் வரவேற்புக் குழுவின் தலைவராக முதல்வர் ஜெயலலிதா உள்ளார். மனுதாரர்களுக்கு ஏதேனும் குறை இருந்தால் அதை சர்வதேச தமிழ் ஆராய்ச்சி சங்கத்திடம்தான்

கூறவேண்டும். ஏனெனில் இது அரசு விழா அல்ல. மாநாட்டில் தமிழ் ஆய்வு அறிக்கைகளை தாக்கல் செய்ய மனு செய்த இலங்கைத் தமிழ் அறிஞர்களுக்கு இதுவரை அழைப்பு இல்லை என மனுதாரர்கள் குற்றஞ்சாட்டினர். இலங்கைத் தமிழ் அறிஞர் களின் மனுக்களை பரிசீலித்து அழைப்பிதழ் அனுப்புவது குறித்து அதற்கென அமைக்கப்பட்டுள்ள மாநாட்டுக் குழுதான் *(Academic Committee)* முடிவு செய்யவேண்டும். அரசு முடிவு செய்யமுடியாது.

குடியரசுத் தலைவர், பிரதமர் ஆகியோர் உலகத் தமிழ் மாநாட்டில் கலந்துகொள்ள ஒப்புக்கொண்டுள்ளனர். இந் நிலையில், பாதுகாப்பு உள்பட பல்வேறு விஷயங்களை கருத்தில் கொள்ள வேண்டியது அவசியமாகிறது. எனவே மாநாட்டை அரசு நடத்தாததால் அரசுக்கு உத்தரவிடக்கோரும் இந்த ரிட் மனுக்களை தள்ளுபடி செய்யவேண்டும்' என்று அட்வகேட் ஜெனரல் வாதாடினார். மனுதாரர்கள் சார்பில் மூத்த வழக்கறிஞர் ஆர். காந்தி வாதாடினார். 'உலகத் தமிழ் மாநாட்டிற்காக மக்களின் வரிப்பணம் 50 கோடி ரூபாயை தமிழக அரசு செலவு செய்கிறது. சர்வதேச தமிழ் ஆராய்ச்சிச் சங்கத்தின் பெயரில்தான் மாநாடு நடைபெறுவதாக தமிழக அரசு கூறுகிது; ஆனால், மாநாடு குறித்த விளம்பரங்களிலோ அல்லது பேனர் களிலோ சர்வதேச தமிழ் ஆராய்ச்சி சங்கத்தின் பெயரோ அல்லது தமிழ் அறிஞர்களின் உருவப்படமோ இல்லை விளம்பரங்கள் மற்றும் மாநாடு தொடர்பான சுவரொட்டி களில் முதல்வர் ஜெயலலிதாவின் உருவப்படம்தான் உள்ளது. மேலும் ஒரு தமிழறிஞரின் ஆய்வு அறிக்கைகளை காட்சியாக வைப்பதற்கு கனகசுப்புரத்தினம் என்பவர் தமிழக அரசிடம் அனுமதி கோரினார். அதற்கு தமிழக அரசுதான் அனுமதி மறுத்துள்ளது. மாநாட்டை தமிழக அரசுதான் நடத்துகிறது என்பதற்கு இதுவே சான்று.

உலகத் தமிழ் மாநாட்டை நடத்துவதற்கு எதிர்ப்பு தெரிவிக்க வில்லை. மாநாட்டில் ஆய்வு அறிக்கைகளை தாக்கல் செய்வதற்கு ரூ. 1000 தொகையுடன் இலங்கையைச் சேர்ந்த 200க்கும் மேற் பட்ட தமிழறிஞர்கள் 9 மாதங்களுக்கு முன்பு மனுச் செய்தனர். இதுவரை அவர்களுக்கு மாநாட்டுக்கான அழைப்பிதழ் அனுப்பப் படவில்லை. அழைப்பிதழ் அனுப்பவேண்டிய இலங்கைத் தமிழ் அறிஞர்களின் பெயர்களை சர்வதேச தமிழ் ஆராய்ச்சிச் சங்கம் ஏற்கெனவே தமிழக அரசின் உள்துறைக்கு அனுப்பி விட்டது. நீதிபதி சிவராஜ் பாட்டீல் வழக்கை விசாரணை செய்தார். மாநாடு தொடங்குவதற்கு இன்னும் சில தினங்களே இருப்பதால், பதில் மனுவை வியாழனன்றே (டிச. 22) தாக்கல்

செய்யுமாறு அட்வகேட் ஜெனரலுக்கு நீதிபதி உத்தரவிட்டார். இந்த வழக்கை விசாரணைக்கு ஏற்பதா, வேண்டாமா என்பது குறித்த தீர்ப்பை வியாழன்று வழங்குவதாகவும் நீதிபதி கூறினார்.

22.12.94

iii

தமிழ் மாநாடு: தடை கோரும் மனு தள்ளுபடி

தமிழறிஞர்களை அழைக்காமல் தஞ்சையில் உலகத் தமிழ் மாநாட்டை நடத்துவற்கு தடை விதிக்க வேண்டும் என்று கோரி தொடரப்பட்ட வழக்கை சென்னை உயர் நீதிமன்றம் தள்ளுபடி செய்துள்ளது. நீதிபதி சிவராஜ் பாட்டீல் அளித்த தீர்ப்பின் விவரம் வருமாறு: 'மனுதாரர்கள் மற்றும் எதிர்மனு தாரர்களின் வாதங்களின்படி தஞ்சையில் உலகத் தமிழ் மாநாட்டை அனைத்துலக தமிழ் ஆராய்ச்சி சங்கம் (ஐ.ஏ.டி.ஆர்) நடத்துகிறது என்பது தெளிவாகிறது. ஏனெனில், மனுதாரர் கூறியுள்ளபடி இலங்கையைச் சேர்ந்த தமிழறிஞர்களிடமிருந்து அனைத்துலக தமிழ் ஆராய்ச்சி சங்கம்தான் விண்ணப்பங்களை கட்டணத்துடன் பெற்றுள்ளது. எனவே தமிழறிஞர்களுக்கு அழைப்பிதழ்களை அனுப்புவது குறித்து, மாநாட்டை நடத்தும் அனைத்துலக தமிழ் ஆராய்ச்சி சங்கம்தான் முடிவு செய்ய வேண்டும்.

மாநாட்டிற்கு தங்களைக் கட்டாயம் அழைத்துத்தான் ஆகவேண்டும் என உரிமை கோருவதற்கான ஆதாரங்களை மனுதாரர்கள் (தமிழறிஞர்கள்) நீதிமன்றத்தில் தாக்கல் செய்ய வில்லை. அனைத்துலக தமிழ் ஆராய்ச்சி சங்கத்திற்கு மனு செய்ததாலேயே மாநாட்டிற்கு அரசு தங்களை அழைக்க வேண்டும் என மனுதாரர்கள் கோரமுடியாது. மேலும் இந்த வழக்கில் முதல் இரண்டு எதிர் மனுதாரர்களாகக் குறிப்பிடப் பட்டுள்ள அரசு அதிகாரிகள் தமிழறிஞர்களுக்கு விண்ணப்பங் களை அனுப்பவோ அல்லது அவர்களிடமிருந்து பெறவோ இல்லை. தமிழறிஞர்கள் உள்பட சிலருக்கு பாதுகாப்பு உள்பட பல்வேறு விஷயங்கள் காரணமாக அனைத்துலக தமிழ் ஆராய்ச்சி சங்கம் அழைப்பு அனுப்பாவிட்டால், அது கடமை தவறிய செயல் ஆகாது.

அனைத்துலக தமிழ் ஆராய்ச்சி சங்கம் பற்றிய முழு விவரங்கள் நீதிமன்றத்தில் தாக்கல் செய்யப்படவில்லை. எனவே மாநாட்டில் ஆய்வு அறிக்கைகள் தாக்கல் செய்ய மனு செய்துள்ள

இலங்கைத் தமிழ் அறிஞர்களுக்கு விசா அளிக்க ஏதுவாக அவர்களது பெயர்களை இலங்கையில் உள்ள இந்திய தூதரகத் திற்கு அனுப்புமாறு மாநாட்டு அமைப்பாளராக உள்ள தமிழக தலைமைச் செயலாளருக்கு உத்தரவிட வேண்டும் என்று கோரி தாக்கல் செய்யப்பட்ட ரிட் மனுவை (சச்சிதானந்தன் தாக்கல் செய்த மனு) தள்ளுபடி செய்கிறேன். இதேபோன்று மற்றொரு மனுதாரர் (வா.மு. சேதுராமன்), அழைப்பிதழ் அனுப்பியே ஆகவேண்டும் என்பதற்கான அடிப்படை மற்றும் சட்டரீதியான உரிமை இருப்பதற்கான ஆதாரங்களை நிரூபிக்க வில்லை. அழைப்பிதழ் அனுப்பியே ஆகவேண்டும் என நிர்பந் திக்க முடியாது. இதனால் தமிழறிஞர்களை அழைக்காமல் மாநாட்டை நடத்தக்கூடாது என்ற மனுதாரரின் கோரிக்கையை தள்ளுபடிசெய்கிறேன்.

24.12.94

இதழ் 132, டிசம்பர் 2010

பின்னிணைப்புகள்

பின்னிணைப்பு : எதிர்வினைகள்

அகவிழி திறந்து 3 – எதிர்வினை

கண்ணனின் தமிழ் ஊடகங்கள் குறித்த உரையை ஆர்வத்தோடு வாசித்தேன். அதில் ஓரிடத்தில் தமிழில் திரைப்பட நட்சத்திரத்துக்காகத் தொடங்கப்பட்ட முதல் இதழ் 'ரஜினி ரசிகன்' என்று அவர் நினைப்பதாகக் குறிப்பிட்டிருக்கிறார். அச்சு ஊடகங்கள் மூலமாக நடை பெற்று வரும் நட்சத்திர வழிபாட்டை 15 – 20 ஆண்டுகளுக்குள் குறுக்கிவிட முடியும் என்று தோன்றவில்லை. அது நீண்ட பாரம்பரியமுள்ளது. எழுபதுகளில் சிவாஜி ரசிகர்களுக்காகவே நடத்தப்பட்ட பல இதழ்களை வாசித்திருக்கிறேன். அதற்கு முன்பும் அப்படியான இதழ்கள் வந்திருக்கலாம். அதை அப்போது பள்ளிப் பிராயத்தில் இருந்தவர்களைக் கேட்டால் தெரியவரலாம்.

எங்கள் ஊரில் சிவாஜி ரசிகர் மன்றம் ஒரு சிறிய அறையை வாடகைக்கு எடுத்துப் படிப்பகம் ஒன்று நடத்திவந்தது. பல பத்திரிகைகளும் வந்தன. சிவாஜி ரசிகர்களுக்காகவே நடத்தப்பட்ட இதழ்கள் பிரதான இடம்வகித்தன. இந்த இதழ்கள் சிவாஜியை நடிகர் திலகம், பத்மஶ்ரீ, சிம்மக் குரலோன், கலைக்குரிசில், கலைவள்ளல் முதலான பெயர்களிலும் எம்.ஜி.ஆரை டோப்பா தலையன், புஷ்குல்லா, தாத்தா முதலான பெயர்களிலும் அழைத்துவந்தன. பல இதழ்களின் பெயர்கள் நினைவில் இல்லை. சில இலக்கியச் சிற்றிதழ்கள்போல வந்த வேகத்தில் நின்றும்போயின எனில் 'மதி ஒளி' சண்முகமும் சின்ன அண்ணாமலையும் நடத்திவந்த இதழ்கள், முறையே மதி ஒளி மற்றும் சிவாஜி ரசிகன் தொடர்ந்து வந்ததாக ஞாபகம்.

இதைப் போலவே எம்.ஜி.ஆர். ஆதரவு இதழ்களும் வந்தன. அவை சிவாஜியைத் தொந்தி கணேசன், பப்பு முதலான பெயர்களில் விளித்தன. ஒரு நல்ல சிவாஜி ரசிகனாக விளங்கிய நான், எம்.ஜி.ஆர். ஆதரவு இதழ்களைப் புறக்கணித்தேன்.

1971 இல் எம்.ஜி.ஆரின் ரிக்ஷாக்காரன் வெளியானது. சிவாஜி ரிக்ஷாக்காரனாக நடித்த பாபுவும் அதே ஆண்டில் வெளியானது. ரிக்ஷாக்காரனில் எம்.ஜி.ஆர். பல வண்ண மேல் சட்டையும் நீளம் குறைவான கால் சட்டையும் அணிந்து கொண்டு,

அறிமுகம்' மஞ்சுளாவிடம், 'அங்கே சிரிப்பவர்கள் சிரிக்கட்டும் அது ஆணவச் சிரிப்பு; இங்கே நீ சிரிக்கும் புன்சிரிப்போ ஆனந்தச் சிரிப்பு' என்று பாடினார். பாபுவில் சிவாஜி ஐம்பது வயதிலேயே முதுமையாலும் காச நோயாலும் பீடிக்கப்பட்ட போதும், செஞ்சோற்றுக் கடனுக்காக இருமல்களுக்கிடை யில் நெஞ்சை உருக்கும் வசனங்கள் பேசினார். 1971இன் சிறந்த நடிகருக்கான தேசிய விருது எம்.ஜி.ஆருக்குக் கிடைத்தது. அப்போதைய திமுக அரசின் செல்வாக்கினால்தான் இது சாத்தியமானது என்று பலர் கருதினர். சிவாஜி ஆதரவு இதழ் களுக்கு அதில் எந்தச் சந்தேகமும் இருக்கவில்லை. அவை எம்.ஜி.ஆரையும் மைய – மாநில அரசுகளையும் தேர்வுக் குழுவையும் பிடிபிடியென்று பிடித்தன.

அப்போது சென்னை வானொலி நிலையம் ஞாயிற்றுக் கிழமை தோறும் நேயர்களின் தேர்வின் அடிப்படையில் திரைப் படப் பாடல்களை ஒலிபரப்பி வந்தது. இதில் 'அழகிய தமிழ் மகள் இவள்' (ரிக்‌ஷாக்காரன்) பாடல் முதலிடத்திலும் 'இதோ எந்தன் தெய்வம்' (பாபு) பாடல் இரண்டாம் இடத்திலும் நீண்ட நாள்கள் தொடர்ந்தன. ஒரு சிவாஜி ஆதரவு இதழ் இதை வானொலி நிலையத்தின் சதி என்று சாடியது நினை விருக்கிறது.

அப்போது எம்.ஜி.ஆர் – சிவாஜியைத் தாண்டி வேறு யாருக் கும் இப்படியான ஆதரவு இதழ்கள் வந்ததாகத் தெரியவில்லை. எனில், இப்போது கூடுதல் ஜனநாயகமயமாகிப் பல நடிகர் களுக்கும் ஆதரவு இதழ்கள் வருவதாகத் தெரிகிறது. இப்போ தைய இதழ்கள் மற்றவர்களின் அபிமான நட்சத்திரங்களைச் சாடுமா?, அவர்களின் சதி வேலைகளை அம்பலப்படுத்துமா? எனக்குத் தெரியவில்லை. அப்படிச் செய்யாத பட்சத்தில் அந்த இதழ்களின் சுவாரசியம் குறித்து எனக்குக் கவலையாக இருக்கிறது.

மு. இராமனாதன்
ஹாங்காங்

நண்பர் மு. இராமனாதனின் தகவல்களுக்கு நன்றி. அனுபவங்கொண்ட இதழியல் முகவர் ஒருவர் கொடுத்த தகவலின் அடிப்படையில் குறிப்பிட்டிருந்த செய்தி அது. உறுதி யாகத் தெரியாததால் 'நினைக்கிறேன்' என்று குறிப்பிட்டிருந் தேன். கிடைத்த தகவலை இன்னும் ஆழமாகப் பரிசீலிக்காமல் குறிப்பிடுவதைத் தவிர்த்திருக்கலாமே என்று இப்போது தோன்றுகிறது.

கண்ணன்

அகவிழி திறந்து 4 – கடிதம்

உலக அபிப்ராயங்களை மாற்றக்கூடிய வல்லமை சிலருக்கு வாய்ப்பதுண்டு. ப. சிங்காரம் பற்றி அவருடைய 'எழுத்து' வாசகர் கடிதத்தை வெளியிட்டு ஒரு *myth*ஐ கண்ணன் உடைத்து விட்டார். புயலிலே ஒரு தோணி ப. சிங்காரத்தை நான் 1989 ஆம் ஆண்டு மதுரை Y.M.C.A.யில் சந்தித்துப் பேசிக்கொண் டிருந்தபோது நம் தளத்துப் படைப்பாளிகள் யாரையும் அவர் வாசித்திருக்கவில்லை என்னும் செய்தியை அறிய நேர்ந்தது. ஒருவேளை அதனால்கூட 'புயலிலே ஒரு தோணி' போன்ற சாதனை அவருக்குச் சாத்தியமானதோ என்னவோ? எனக் குறிப்பிட்டு இந்த விஷயம் கதை சொல்லி 18, பதிவுகள், திண்ணை இதழ்களில் பதிவாகியிருக்கிறது. இப்படி நான் எழுதியது 'பிழை'யென்று இப்போது உள்ளங்கை நெல்லிக்கனி எனத் தெளிவாகிவிட்டது.

ஆனால், 1989ஆம் ஆண்டு ஜனவரி மாதம் நானும் என் நண்பர் சரவணனும் (தற்போது கரூர் வைஸ்யா பேங்க் மேனேஜர்) மாலை நேரத்தில் அவரை மதுரை Y.M.C.A. ஹாஸ்டலில் சந்தித்தபோது ப. சிங்காரம் தன்னைத் தமிழ் சமகால நவீன எழுத்துடனும் கடந்தகால இலக்கியச் சூழலுடனும் சம்பந்தமே யில்லாதவராகத்தான் காட்டிக்கொண்டார். இது ஏன் என்று இப்போது குழப்பமாக இருக்கிறது. தன்னுடைய படைப்பு களைப் பிரபலப் படுத்தியவர்கள் என்பதற்காக, சிட்டியையும் சி. மோகனையும் நன்றியுடன் நினைவுகூர்ந்தார். மற்றபடி 'நான் தினத்தந்தியிலே வேலை பார்த்தவன், உங்க இலக்கிய உலகம் பற்றி எனக்கு என்ன தெரியும்?' என்ற அவர் நாங்கள் 'புதுமைப்பித்தன், தி. ஜானகிராமன், கு.ரா, அசோகமித்திரன், கி.ரா' என்று உற்சாகமாகப் படைப்பாளிகள் பற்றியும் நல்ல படைப்புகள் பற்றியும் பேசியபோது அணை போட்டார்.

R.P. **ராஜநாயஹம்**
திருப்பூர்

○

அகவிழி திறந்து 9 – கடிதம்

பொதுநூலகத்தில் 'காலச்சுவடு' இதழ் நிறுத்தம் சம்பந்த மாக அமைச்சர் தங்கம் தென்னரசு வெளியிட்டுள்ள வாசகர்கள் அதிகம் படிக்கும் பிரபலமான பத்திரிகைப் பட்டியலைப் பார்க்கும்போது சிரிப்பதைத் தவிர வேறேதும் செய்ய முடியாது.

அவர்கள் தவறை அவர்களே ஒப்புக்கொள்ளும் சாசனமாக அது உள்ளது. முன்பு மாறன் குடும்பத்தினருடன் மோதல் வந்தபோது அவர்களது குடும்பப் பத்திரிகைகள் 'வண்ணத் திரை' உட்பட அனைத்தையும் பொதுநூலகத்தில் நிறுத்திச் சாதனை புரிந்தார்கள். இப்போது குடும்பங்கள் இணைந்துள் ளன. மீண்டும் மாறன் குடும்பப் பத்திரிகைகளைப் பொது நூலகத்தில் காணலாம். ஆட்சியும் அதிகாரமும் தவறானவர்கள் கையில் இருக்கும்போது எல்லாமே தவறாகத் தான் நடக்கும்.

கொ. மூர்த்தி
அத்தியூர்

○

அகவிழி திறந்து 13 – கடிதம்

'அகவிழி திறந்து' பத்தியில் கண்ணன் அகவிழியைத் திறப்ப தற்குப் பதில் வேண்டுமென்றே உண்மையைக் காணாது மூடிக் கொண்டுவிட்டார் எனத் தோன்றுகிறது. எந்த மத்தியக் கிழக்கு நாட்டுக்கும் செல்லாமலேயே, அனுமானங்களின் அடிப்படை யில் சில அபத்தமான கருத்துகளைக் கூறியிருக்கிறார்.

அரபகத்தில் சில காலம் தங்கி அங்குள்ள இந்தியத் தொழி லாளர்களின் வாழ்வு நிலையை நுட்பமாகக் கண்ணோட்ட மிட்ட நான் சில உண்மைகளை உணர்த்த வேண்டியிருக்கிறது. போலி பாஸ்போர்ட், எமிகிரண்ட்ஸ், விசா இது வழி நுழைகிற வர்கள் கண்டுபிடிக்கப்பட்டுச் சிறையிலடைக்கப்படுகிறார்கள். குறிப்பிட்ட காலத்திற்குப் பிறகு இந்தியத் தூதரகம் தலையிட்டு இவர்களை விடுதலை செய்வித்து நாட்டிற்கு மொத்தமாகத் திருப்பி அனுப்பி வைக்கிறது. இத்தகைய அப்பாவிகளைத்தான் கண்ணன் அரபக விமான நிலையங்களில் கண்ணுற்றிருக்க வேண்டும். அவர்களிடம் உரையாடி உண்மையைக் கேட்டறிந்து அவர் எழுதியிருந்தால் அவரது கவலையைப் புரிந்துகொள்ள முடியும். அவ்வாறின்றி கண்கண்ட காட்சியின் கணிப்பில் கருத்துரைப்பது சிக்கலை விளைவிப்பதாகும். இந்தியர்களோடு மொழியாடுவதில் உள்ள பரஸ்பரச் சிக்கலில் அரபிகள் சிலர் இந்தியர்களிடம் வெறுப்பு காட்டுவதைத் திரித்து எழுதியுள்ளது தவறான கண்ணோட்டமாகும்.

தகுந்த கல்வியறிவில்லாத, வேலையில்லாத இந்தியர்களை நம்நாட்டுப் போலி முகவர்கள் உயர்ந்த ஊதிய, வேலை ஆசை காட்டி, பெருந்தொகை கமிஷன் பெற்று, அரபு நாடுகளுக்கு அனுப்பிவைக்கின்றனர். பட்டம், பட்டயம் கல்வித் தகுதியில் லாதவர்கள் அங்கு சாதாரணத் தொழிலாளர்களாகவே வாழ்ந்தாக

வேண்டும். கூட்டத்தோடு கூட்டமாகக் கூடாரங்களில் வாழ வேண்டும். பலரும் ஏழ்மை, தொழிலின்மை கருதி இதோடு பொருத்தப்பட்டுவிடுகிறார்கள். பணிச்சுமை, வசதி குறைவு காரணமாகச் சிலர் திரும்பிச் சென்றுவிடுகிறார்கள். இதில் எந்தக் கட்டாயமோ நிர்ப்பந்தமோ இல்லை. இதுதான் பெரும்பாலும் உண்மை.

கட்டிடக் கட்டுமானம், துப்புரவு போன்ற பணிகளில் தாம் இந்தியத் தொழிலாளர்கள் பெரும்பாலும் ஈடுபட்டுவருகிறார்கள். இவர்களை மேற்பார்வையிடுபவர்கள் அரபிகளல்ல. பல்வேறு நாட்டுப் பொறியியலாளர்கள் ஆதலின் கண்ணன் குறிப்பிடுவது போல் வன்முறை என்னும் பேச்சுக்கே இடமில்லை. அரபிகள் சிலர் தம் வீடுகளில் வேலைபார்ப்பவர்களைக் கொடுமைப்படுத்துவது மறுப்பதற்கில்லை. ஆங்காங்கே சில பாலியல் வன்முறை, கொலை, கொள்ளை நடைபெறுவது சகஜம். ஆனால் இவற்றில் பெரும்பாலும் ஈடுபடுபவர்கள் இந்தியர்களும் பாகிஸ்தானிகளும் என்பதே உண்மை.

சவூதி அரேபியா தவிர பிற அரபு நாடுகளில் 'தூய இஸ்லாமியம்' இதுவரையிலும் நடைமுறைக்கு வரவில்லை. இங்கே கேளிக்கைகளும் பொழுதுபோக்குகளும் அனுமதிக்கப்பட்டுள்ளன. வழிபாட்டுரிமை, கல்வியுரிமை, உட்பட எல்லா ஜீவாதார உரிமைகளும் வழங்கப்பட்டுள்ளது குறிப்பிடத்தக்கது. ஜனநாயக நாடான இந்தியாவில் கிடைக்காத அடிப்படை வாழ்வு வசதிகள் இங்கு அரசால் தரப்படுகின்றன. அரபிகள் மேலைநாட்டு மோகங்கொண்டு வாழத் தொடங்கிவிட்டதால் பெருந்தன்மையோடு பன்மைச் சமூகத்தில் பழகிவருகின்றனர். கண்ணன் குறிப்பிடுவதுபோல் அரபு நாடுகளில் இனவாதமும் மதவாதமும் தலைவிரித்தாடினால் மீண்டும் மீண்டும் ஏன் இந்தியர்கள் மத்தியக் கிழக்கு நாடுகளில் வேலை தேடிப் போக முண்டியடிக்கிறார்கள்?

உண்மையறியாது முன்முடிவுடன் எழுதப்பட்ட கண்ணனின் கணிப்புகள் அரபு நாடுகளில் வாழும் லட்சோப லட்ச இந்தியர்களின் முகத்தில் காறி உமிழ்வது (கண்ணனின் சொற்பயன்பாடு) போன்றதாகும். குரலோடு வாழ்பவர்களைக் குரலற்றவர்களாக ஊடகத்தில் பதிவுசெய்வது அவர்களின் வாழ்வாதாரங்களின் குரல் வளையை நெரிப்பது போன்றதாகும். நம்மால் வாழவைக்க முடியாதவர்களை, வாழவைக்கும் நாட்டின் நம்பிக்கையில் 'வாள்' வைப்பது நாட்டு வளர்ச்சிக்கும் அயல் நாட்டுக்கும் ஊறு விளைவிப்பது ஆகாதா?

பேரா. மீரான்பிள்ளை
திருவனந்தபுரம்

கண்ணனின் 'அகவிழி திறந்து' பத்தியில் இனவாதம் குறித்தான குறிப்புரைகள் கண்டேன். மத்தியக் கிழக்கு நாடுகளின் விமான முனையங்களில் கண்ணனின் இந்த அனுபவம், முதல் அனுபவமா பல அனுபவங்களின் தொடர் நிகழ்வா எனத் தெரியவில்லை. என்ற போதிலும் அவரது கூற்றில் பாதியளவே உண்மை என எனக்குத் தோன்றுகிறது. எனது இந்த அனுமானம்கூட, ஐந்து வருடகால எனது சவூதி அரேபிய வாசத்தில் இருந்து கிடைக்கப்பெற்ற அனுபவம் மூலமாகத் தான்.

எந்தவொன்றையும் சில மணிநேர அனுபவத்தில் நாம் புரிந்துகொள்ள முடியாது. நமது அனுபவம், அல்லது ஒரு பார்வையில் நாம் புரிந்துகொண்டது மேலோட்டமானதாகக் கூட இருக்கலாம். இருக்கவும் வாய்ப்புண்டு. அப்படியிருக்க, சில மணித்துளி அனுபவத்தில், பல வருடங்களாக அங்கே பணிபுரியும் தொழிலாளர்களின் முழு வாழ்க்கையையும் கண்ணன் எப்படி யூகித்திருக்க முடியும்?

கண்ணன் எழுதுவதிலிருந்து என்னால் யூகித்தறிய முடிவது ஒன்றுதான். அதாவது இவர்கள் முறையான அனுமதி இன்றி உரிய பயண ஆவணங்கள் இன்றி முறை கேடாகத் தங்கியிருப்பவர்களாக இருந்திருக்க வேண்டும். மத்தியக் கிழக்கு நாடுகளில் – குறிப்பாக, துபாய், சவூதி அரேபியா போன்ற நாடுகளில் இம்மாதிரியானவர்கள் நிறையப் பேர் தங்கியிருக்கிறார்கள். ஒவ்வொரு வருடமும் முறையான அறிவிப்பு கொடுத்து அந்நாட்டு அரசுகள் இவர்களை வெளியேற்றும். இப்படிப்பட்டவர்களிடம் விமான நிலைய அதிகாரிகள் அலட்சியமாக நடந்து கொள்வது உண்மைதான். முறைகேடாகத் தங்கியிருப்பவர்கள் – ஒரு கால அவகாசத்தில் – ஒரு இடத்தில் தங்கவைக்கப்பட்டுப் பகுதி பகுதியாக விமானமேற்றப்படுவார்கள். இவர்கள் அனைவரும் ஏதாவது ஒரு ஏர்லைன்ஸின் ஓப்பன் டிக்கெட்டைத் தயாராகவே கைவசம் வைத்திருப்பார்கள். தூதரக நடைமுறைகளுக்காகவே இவர்கள் சிறிதுகாலம் காக்கவைக்கப்படுவார்கள். நடந்திருப்பதை இதன் அடிப்படையில் சிந்திக்கும் போது இதில் பெரிதாக – நாம் அலட்டிக் கொள்ள எதுவும் இல்லை. மலேசியா, சிங்கப்பூர் போன்ற நாடுகளில் இதுபோன்றவர்கள் அனுபவிக்கும் துயர அனுபவங்களோடு ஒப்பிட்டால் மத்தியக் கிழக்கு நாடுகளில் இவர்களது பாடு சொர்க்கம் என்றுதான் சொல்ல வேண்டும்.

இரண்டாவதாக, வயிற்றுப் பிழைப்புக்காக நாம் இந்நாடுகளுக்குச் செல்வதால் – ஏழைகள் – சோற்றுக்கு வழியில்லாதவர்

கள் என்கிற அலட்சிய மனோபாவம் அரபிகளிடம் நிறைய உண்டு. 'மிஸ்கீன்' (இரந்துண்பவர்) என்றே நம்மை அழைப்பார்கள். அந்த அழைப்பில் அலட்சிய பாவம் இருக்காது. இரக்க சுபாவமே தென்படும். அதே நேரம் இந்தியா பற்றி அவர்களுக்கு ஒரு பிரமாண்ட மதிப்பு உண்டு. மிகப் பெரிய நாடு – ராணுவ வல்லமை பெற்ற நாடு – என்பதெல்லாம் அவர்களுக்குத் தெரியும். இன்னும் சொல்லப்போனால் பாகிஸ்தானிகளை விட, இந்தியர்களையே விரும்புவார்கள். இத்துணைக்கும் பாகிஸ்தானியர் மதவழிப்பட்டு அவர்களுடன் நெருக்கமான வர்கள். மற்றபடி கடுமையான சட்டவிதிகள், குறைந்த சம்பளம், பிழிந்தெடுக்கும் வேலை என்பதெல்லாம் உண்மை தான். பண மதிப்புக்காக நாம்தான் அங்கே செல்கிறோம். அவர்கள் நம்மை அழைக்கவில்லை.

அதே சமயம் ஒருநாள் அவகாசத்தில் இந்தியர்கள், பாகிஸ் தானிகள், பங்களாதேஷிகள் என அனைவரும் ஒட்டுமொத்த மாக இந்த நாடுகளை விட்டு வெளியேறி விடுகிறார்கள் என்று வைத்துக் கொள்வோம். இந்நாடுகளின் இயல்பு வாழ்க்கையே ஸ்தம்பித்துவிடும். அந்த அளவுக்கு இந்நாடுகளின் கட்டமைப் போடு இவர்கள் பின்னிப்பிணைந்திருக்கிறார்கள். கண்ணன் துபாய் சென்றிருக்கிறாரா எனத் தெரியவில்லை. சென்றிருந் தால் தெரியும், ஒரு குட்டிக் கேரளமே அங்கிருப்பதை அவர் தெரிந்துகொள்வார். அதன் காரணம், அங்கு அவர்கள் நல்லபடி வாழ்வதே.

அதேசமயம் இந்தியர்களை அலட்சியமாக அவமரியாதை செய்வது மத்தியக் கிழக்கு நாடுகள் மட்டுமின்றி, பரவலாக எல்லா நாடுகளிலும் இருக்கத்தான் செய்கிறது. இன்று ஆஸ்திரேலியாவில் தினம் தினம் என்ன நடக்கிறது? எத்தனை இந்தியர்கள் தாக்கப்படுகிறார்கள், அவமதிக்கப்படுகிறார்கள்? ஒரு மிகப் பெரிய ஜனநாயக நாட்டின் பாதுகாப்பு அமைச்சர் எனத் தெரிந்த பிறகும், ஜார்ஜ் பெர்ணாண்டசுக்கு அமெரிக்க விமான நிலையத்தில் நடந்த 'மரியாதை' என்ன? லண்டன் ஹீதரோ விமான நிலையத்தில் இந்தியப் பெண்களின் கன்னித் தன்மை சோதிக்கப்பட்டது இதை எல்லாம் நாம் எப்படிப் புரிந்து கொள்வது? இவர்களில் எவரும் 'தூய இஸ்லாமியர்கள்' இல்லையே!

மத்தியக் கிழக்கு நாடுகள் எவற்றிலும் ஜனநாயகம் இல்லை. தேர்ந்தெடுக்கப்பட்ட அரசு அங்கில்லை. மன்னர்கள் – வாரிசு கள் ஆட்சிதான். இறுக்கமான சட்ட விதிகளைக் கொண்ட அந்நாடுகளில், இங்கிருந்து சென்றவர்கள் ஆட்சியாளர்களோடு

எந்தத் தொடர்பும் வைத்துக்கொள்ள முடியாது. கீழ்மட்ட அதிகாரிகளோடுதான் எதையும் பேச முடியும். இது தெரிந்த பின்புதான் பணத்திற்காக நம்மவர்கள் அந்நாடுகளுக்குப் படை எடுக்கிறார்கள். எனவேதான் தொழிலாளர் உரிமை, அது இது என அங்கே பெரிதாகப் பேச முடிவதில்லை. இது எல்லா அறிவு'ஜீவி'களுக்கும் தெரியும். எனவேதான் அவர்கள் அங்குப் பத்திரமாகச் சென்று பத்திரமாகத் திரும்பி வருகிறார்கள். அடிப்படையாகப் பார்க்கும்போது, நமது சொந்த நாட்டில், நமது சொந்த மக்களே ஆட்சியாளர்களாலும் அதிகார வர்க்கத்தாலும் அவமதிக்கப்படும் செயல் நாம் அறியாத ஒன்றல்ல; தீண்டாமை, இழிவு செய்தல் போன்ற நோயும் நம்மிடம் உள்ளது. மேல் சாதியினரால் தீண்டப்படாத ஒரு தலித் அங்கு ஒரு அரபியின் படுக்கையறைவரை செல்ல முடியும், செல்கிறார்கள். இன மேன்மை எங்குதான் இல்லை? அது அரபிகளிடமும் இருக்கலாம். மற்றபடி தாங்கள் குறிப்பிடும் தூய இஸ்லாத்திற்கும் ஏர்போர்ட் அவ மரியாதைகளுக்கும் என்ன சம்பந்தம் இருக்கிறது எனத் தெரியவில்லை. தாங்கள் கண்ட, ஓட்டிவரப்பட்ட கும்பல்களில்கூட, நிறையப் பேர் முஸ்லிமாகத்தான் இருக்க முடியும். எனவே, ஒரு சில தனிப்பட்ட அனுபவங்களை வைத்து ஒட்டு மொத்தச் சமூகத்தையும் எடை போடுவது எப்படிச் சரியாகும்?

அரபு நாடுகளில் கூலித் தொழிலாளர் படும் அவதி வேறு; அரபுச் சமூகம் இவர்களை அவமதிக்கிறது என்பது வேறு. கூலித் தொழிலாளர்களின் பாடு குறித்தான சரியான பதிவுகள் நம்மிடைய இல்லை என்பது உண்மைதான். மாறாக, சர்வதேச ஈழ அகதிகள் சமூகத்தில் எழுத்தாளர்களும் கவிஞர்களும் கலைஞர்களும் பரந்துபட்ட அளவில் இருப்பதால் அவர்களின் பிரச்சினைப்பாடுகள் உடனுக்குடன் பதிவாகின்றன.

மத்தியக் கிழக்கு நாடுகளில் வாழும் இஸ்லாமியத் தமிழ்த் தொழிலாளிகளின் வாழ்க்கை அனுபவங்கள், வாழ்வனுபவ வீச்சோடு பதிவாக வேண்டும். நான் ஒரு முஸ்லிம் என்பதால் எனது அண்டை நாட்டு இன்னொரு முஸ்லிமுக்கு வக்காலத்து வாங்குவதோ அவர்களைத் தாங்கிப் பிடிப்பதோ என் நோக்கமல்ல; மேலோட்டமான பார்வையின் காரணமாக, ஒரு சமூகத்தை நாம் தவறாகப் புரிந்துகொள்ளக் கூடாதே என்பதுதான் என் நோக்கம்.

கே.எஸ். முகம்மத் ஷுஐப்
காயல்பட்டிணம்

காயங்களும் அவமானங்களும்:
மத்தியக் கிழக்கு நாடுகளில் இந்தியர்கள் நிலை

மே மாதக் *காலச்சுவடில்* மத்தியக் கிழக்கைப் பற்றிய கண்ணனின் பத்தியைப் படித்துவிட்டு, தன் அகவிழியை முழுமையாகத் திறந்து எல்லாவற்றையும் கண்டிருந்தால் அவர் இன்னும் நிறையவே எழுதியிருப்பார் என எண்ணினேன். ஆனால் ஜூன் மாத இதழில் அக்கட்டுரையைப் பற்றி வந்திருந்த கடிதங்கள் அதற்கு நேர்மாறாக இருந்தன. கண்ணன் இல்லாத ஒன்றை எழுதியிருக்கிறார் அல்லது சிறிய விஷயத்தைப் பெரிதுபடுத்தியிருக்கிறார் என்ற தொனியுடன் அவை இருந்தன. இதழைத் தாமதமாகப் படிக்க நேர்ந்ததால் இதைத் தாமதமாக எழுதுகிறேன். 49 வயது கொண்ட ஆரியலதி என்ற இலங்கையைச் சேர்ந்த பெண்ணின் உடம்பிலிருந்து 24 ஊசிகளும் ஆணிகளும் கண்டெடுக்கப்பட்டன என்று 26.8.2010 அன்று செய்தி வந்தது. அது இந்திய ஊடகங்களிலும் வந்திருக்கக் கூடும். ஆரியலதி வேலைபார்த்த இடம் சவுதி அரேபியா. கடந்த 5 மாதங்களாக சவுதி அரேபியர் ஒருவரின் வீட்டில் அவர் வேலைக்காரியாகப் பணியாற்றி உள்ளார். அந்த எஜமான் அவளுக்குத் தண்டனையாக இதைச் செய்துள்ளார். இப்படிப் பட்ட செய்திகள் மத்தியக் கிழக்கில் ஏதோ ஒன்றல்ல. தினசரிகளைப் புரட்டினால் தொழிலாளிகளின் தற்கொலைகளும் வீட்டு வேலைக்காரிகளின் காயங்களும் அவமானங்களும் காணக் கிடைக்கின்றன.

நான் மிகவும் சுதந்திரமான, தாராள மனோபாவம் கொண்ட மத்தியக் கிழக்கு நாட்டில்தான் பணிபுரிகிறேன். இங்கு நடக்கும் கொடுமைகளைப் பார்த்து இங்கே இப்படி என்றால் மற்ற நாடுகளில் எப்படி என்று எளிதாக அனுமானிக்க முடிகிறது. மற்ற நாடுகளிலிருந்து இங்கு வரும் நண்பர்களும் என் அனுமானத்தை உறுதிசெய்தார்கள். எனக்கு நேர்ந்த ஓர் அனுபவத்தை இங்குக் குறிப்பிடுகிறேன். மார்ச் 6, 2006இல் நான் பணி நிமித்தமாக இந்த நாட்டிற்கு வந்தேன். அப்போது காலநிலை மிக நன்றாக இருந்தது. குளிர்ந்த காற்றும் மங்கிய வெயிலும் பெங்களூரை நினைவுபடுத்தின. மார்ச் 12, ஞாயிற்றுக் கிழமை மாலை வேளையில் மின்னஞ்சல் வந்துள்ளதா என்பதை உறுதிப்படுத்திக்கொள்ளப் பக்கத்தில் உள்ள இணைய மையத்திற்குச் சென்றுகொண்டிருந்தேன். விசாலமான சாலையில் மெதுவாக நடந்துகொண்டிருந்தேன். ஆள் நடமாட்டம் குறைவாக

இருந்தது. மின் விளக்குகள் எரியத் தொடங்கியிருந்தன. திடீரென என் எதிரில் சற்றுத் தொலைவில் சென்றுகொண்டிருந்த கார் நின்றது. காரின் உள்ளே அரேபிய வாலிபர்கள் சிலர் இருந்தார்கள். என்னிடம் ஏதோ கேட்டார்கள். நான் அவர்கள் வழிதவறியிருக்கலாம் அல்லது பக்கத்தில் உள்ள கடையைப் பற்றிக் கேட்டதாக நினைத்து "எனக்குத் தெரியாது; நான் புதியவன்" எனச் சொல்லச் சிறிது நெருங்கிச் சென்றேன். ஏதோ ஒன்று திடீரென என் நெற்றியை தாக்கி உடைந்து விழுந்தது. உற்றுப் பார்த்த பிறகுதான் தெரிந்தது அது அழுகிய முட்டை. அரேபிய இளைஞர்கள் மிகவும் நக்கலாகச் சிரித்துவிட்டு விரைவாக மறைந்தனர். இது எனக்கு அதிர்ச்சியையும் பயத்தையும் விளைவித்தது. பக்கத்தில் உள்ள கடையில் புகுந்து சிறிது நேரம் நின்றேன். பின்னர் இது தொடர்பாக நண்பர்களிடம் பேசிய போது, ஆசிய நாடுகளிலிருந்து வேலைக்கு வருபவர்கள் தங்களுக்கான வாய்ப்பைத் தட்டிப்பறித்துவிடுகிறார்கள் என்ற உள்ளூர் இளைஞர்களின் மனோபாவம் தான் அவர்களின் இம்மாதிரியான செயல்களுக்குக் காரணமாகிறது எனத் தெரிந்தது. பேராசிரியர் மீரானும் முகம்மத் ஷுஐபும் தங்களின் கடிதங்களில் குறிப்பிடுவதைப் போல நான் கூலித்தொழிலாளி அல்ல. முதுநிலைப் பொறியியல் பட்டதாரி. பல்கலைக்கழகம் ஒன்றில் பொறியியல் பயிற்றுவிக்கும் ஆசிரியன். ஜீன்ஸ் சர்ட்டும் பேண்ட்டுமாக மிக மிடுக்காகவே உடையணிந்திருந்தேன்.

வேறு சில மத்தியக் கிழக்கு நாடுகளில் இந்தியர்கள்மீது முட்டையையும் அழுகிய தக்காளியையும் வீசுவதை அரேபிய இளைஞர்கள் ஒரு பொழுதுபோக்காகவே வைத்திருக்கிறார்கள். இதை நாம் இனவாதம் என்பதா அல்லது முகம்மத் ஷுஐப் சொல்வது போல் நம்மீது அவர்கள் கொண்ட இரக்கத்தால் இப்படிச் செய்கிறார்கள் என்பதா? மிகவும் கண்டிப்பும் கட்டுப்பாடும் கொண்ட சமூகத்தில் மனைவியைக் கடத்திச் சென்று கணவன் முன்னிலையில் பாலியல் பலாத்காரம் செய்த சம்பவங்களைக் கேட்டிருக்கிறேன். தொழுகை நேரத்தில் சும்மா நின்றுகொண்டிருந்ததால் சாட்டை அடி வாங்கிய மனிதனையும் பார்த்திருக்கிறேன். குவைத் நாட்டிலிருந்து பஹ்ரைனுக்கு என்னுடன் பணிபுரிய முகமத் ஆசாத் என்பவர் (வட இந்தியாவைச் சேர்ந்தவர்) இரண்டு ஆண்டுகளுக்கு முன்பு வந்திருந்தார். சில மாதங்கள் கழித்து வாழ்க்கை எப்படி உள்ளது எனக் கேட்டேன். அவர் இங்கு நன்றாக உள்ளது. இங்குள்ளவர்கள் நம்மிடம் சாதாரணமாகப் பழகுகிறார்கள் என்றார். குவைத்தில் அப்படி இல்லை. நம் முகத்தைப் பார்த்தே பேசமாட்டார்கள். நாம் ஏதாவது கேட்டால் வேறெங்கேயோ பார்த்துப் பதில் கூறுவார்கள் என்றார். அங்கே அவருடைய கார் விபத்துக்குள்ளாகி இருக்கிறது. இவர் ஒழுங்காக ஓட்டிவந்துள்ளார். எதிர்

வாகனம் ஓட்டிய அரேபியர் மீதுதான் தவறு. இருந்தும் இவரை அடிப்பதற்கு நெருங்கி உள்ளார். ஏன் என்று கேட்டதற்கு “நீ எங்கள் நாட்டிற்கு வந்ததால்தானே விபத்து நேர்ந்தது. நீ இங்கு வரவில்லை என்றால் இந்த விபத்து நேர்ந்திருக்காது” என்றாராம்.

ஆனால் இந்தக் கட்டுப்பாடும் சித்திரவதையும் ஆசியர்களுக்கு மட்டும் தான். குறிப்பாகப் பங்களாதேஷ், பாகிஸ்தான், இலங்கை மற்றும் இந்தியர்களுக்கு மட்டும்தான். அமெரிக்கர்களுக்கும் ஐரோப்பியர்களுக்கும் உள்ள உபசரிப்பு, கட்டுப்பாடு எல்லாமே வேறு. கண்ணன் தன் பத்தியில் பெரும் பனிப் பாறையில் ஒரு நுனியை மட்டுமே எழுதியுள்ளார். அலமாரியில் அடைபட்டுள்ள எலும்புக்கூடுகள் ஏராளம். மீரான் குறிப்பிடுவது போல் கண்ணனின் குறிப்புகள் இந்தியர்களின் முகத்தில் காறி உமிழ்வது அல்ல. மாறாகத் தினமும் நம் முகத்தில் சொல்லாலும் செயலாலும் காறி உமிழ்வதைச் சிறிது அளவாது தடுக்கும் ஒரு முயற்சியே.

முகம்மத் ஷுஐப் தன் கடிதத்தில் எந்த ஒவ்வொன்றையும் சில மணிநேர அனுபவத்தில் புரிந்துகொள்ள முடியாது என்கிறார். விமான நிலையமென்பது ஒரு வகையில் ஒரு நாட்டின் கண்ணாடி போன்றது. அதில் நாம் காணும் காட்சிகள் பெருமளவில் உள்நாட்டின் பிரதிபலிப்பே. நாம் பல விமான நிலையங்களுக்குப் பயணிக்கிறோம். ஆனால் எல்லா வசதிகளும் புதிதான இயந்திரங்களும் இருந்தும் ஒரு மத்தியக் கிழக்கு விமான நிலையத்தில் இந்தியனாக நாம் அனுபவிக்கும் அந்த வேறுபாடு என்ன? அதுதான் இனவாதம். முகம்மத் ஷுஐப் கூறுவது போல் ஜார்ஜ் பெர்ணான்டசுக்கு நடந்தது அவருக்கு மட்டுமே அமெரிக்காவில் நடந்தது அல்ல. அது எல்லோருக்கும் உள்ள விதிமுறைதான். ஆனால் இங்கு நடப்பது அப்படி அல்ல. இந்தியன் என்ற காரணத்திற்காகச் சிறுமைப்படுத்துவதுதான் இங்குப் பிரச்சினை. அதேபோல் பண மதிப்புக்காக நாம்தான் அங்குச் செல்கிறோம்; அவர்கள் நம்மை அழைக்கவில்லை என்கிறார். மத்தியக் கிழக்கு நாடுகளில் இந்தியர்களுக்கு விசா என்ன விமானநிலையத்திலா கொடுக்கிறார்கள்? இந்த வசதி எல்லாம் வளர்ந்த நாட்டுக் குடிமகன்களுக்குதான். அவர்கள் நமக்கு விசா கொடுத்து அழைப்பதால்தான் செல்கிறோம். விசா இல்லாமல் விமானம் ஏறவே முடியாது. மற்றொரு இடத்தில் முகம்மத் ஷுஐப் தன் கடிதத்தில் அரபு நாடுகளில் கூலித்தொழிலாளர் படும் அவஸ்தை வேறு; அரபு சமூகம் அவர்களை அவமதிக்கிறது என்பது வேறு என்கிறார். நான்கு பேர் வாழக்கூடிய வீட்டில் 20 பேரை அடைப்பது, தன்னந் தனியாக நடந்து செல்லும்போது அரேபிய இளைஞர்களாலும் சின்னஞ்சிறு குழந்தைகளாலும் வசைகளுக்கும் வேறு இன்னல்

களுக்கும் ஆட்படுவது போன்றவை தொழிலாளர்களின் அவதி களா? அல்லது அவமதிப்பால் வந்த அவதிகளா? இந்த இன வாதம் எப்படிச் சின்னஞ்சிறு குழந்தைகளிடமும் வெளிப்படு கிறது என்பதைப் பார்க்கும்போது அந்தச் சமூகத்தில் அது எவ்வளவு தூரம் வேரூன்றி உள்ளது என்பது புரியும். ஐந்து வயதுச் சிறுவனுக்குகூட இந்தியன் என்றால் ஏளனம்தான். இந்தச் சிறுவர்கள் பெரியவர்களை எப்படித் துன்புறுத்துகிறார் கள் எனப் பார்த்திருக்கிறேன். நம் சமூகத்தில் தீண்டாமை இல்லையா என முஹம்மத் ஷுஐப் கேட்கிறார். கண்டிப்பாக அது ஒழிக்கப்பட வேண்டியதுதான். ஓர் அக்கிரமத்தால் இன் னொரு அக்கிரமத்தை நியாயப்படுத்த முடியுமா? ஆனாம் நம் நாட்டில் ஐந்து வயதுச் சிறுவர்களிடமோ பள்ளி செல்லும் மாணவர்களிடமோ இந்தத் தீண்டாமையைப் பார்க்க முடியுமா?

என்னை எப்போதும் நெருடும் ஒரு விஷயம் உண்டு. தங்களுடைய எல்லாச் செயல்பாடுகளுக்கும் இஸ்லாமை இழுப்பவர்கள் (குடிப்பது ஹராம், பெண்கள் அபயா இல்லாமல் உடை உடுத்தக்கூடாது) பணம் என்ற விஷயம் வரும்போதும் கூலித் தொழிலாளி என்று வரும்போதும் இஸ்லாம் அவற்றைப் பற்றி ஒன்றுமே கூறவில்லை என்பதுபோல் நடந்துகொள் கிறார்கள். உலகில் உள்ள மிகவும் போலியான சமூகங்களில் அரேபியச் சமூகமும் ஒன்றாக இருக்கும். ஒருமுறை மாலில் வைத்து என் சிறுகுழந்தை புட்டிப்பாலுக்காக அழுது கொண் டிருந்தது. எல்லா இருக்கைகளிலும் பெண்களும் குழந்தைகளும் உட்கார்ந்திருந்தனர். ஓர் இருக்கை மட்டும் காலியாக இருந்தது. அதன் அருகில் சவூதி அரேபியநாட்டுப் பெண்மணி தலை முதல் கால்வரை கறுப்பு அங்கி அணிந்து முகத்தையும் மூடிக் கொண்டு அமர்ந்திருந்தார். என் மனைவி அழும் குழந்தையைக் காட்டி நாகரிகமாகத்தான் “உட்காரலாமா” எனக் கேட்டார். அப்பெண் “முடியாது” எனக் கூறிவிட்டார். உலகின் வேறு எந்தச் சமுதாயத்திலும் அப்படி நடக்கும் எனத் தோன்ற வில்லை. இன்னும் சொல்லப்போனால் அவர்களே முன்வந்து உதவியிருப்பார்கள். இது தீண்டாமையா அல்லது வேறு எதுவுமா?

உலகில் வேறெங்கும் இல்லாத வகையில் இங்கு வெளி நாட்டினரை வேலைக்குச் சேர்ப்பவர்கள் (அது நிறுவனமாக இருந்தாலும், தனிநபராக இருந்தாலும் சரி) தொழிலாளர்களின் பாஸ்போர்ட்டுகளைத் தங்கள்வசம் வைத்துக்கொள்கிறார்கள். இதனால் அவர்கள் நெருக்கடியான கட்டத்தில் கூடத் தம் சொந்த நாட்டுக்குத் திரும்ப முடியாது. இப்படிப்பட்ட நிகழ்வு களை இங்குச் சாதாரணமாகப் பார்க்கலாம். அரேபிய சமூகமே இப்படித்தானா? நல்ல விஷயங்களே இல்லையா? கண்டிப் பாக உண்டு. அவர்களிடம் இருந்து நாம் கற்றுக்கொள்ள

நிறைய விஷயங்கள் இருக்கின்றன. உதாரணமாக ஊழல் மூலம் எவற்றையும் சாதிக்கலாமென்ற எண்ணம்கூட அவர்கள் மனத்தில் எழுவதாகத் தெரியவில்லை. பெருமளவில் ஊழலற்ற அல்லது சிறு ஊழல்களுடைய சமூகமாகத்தான் இருக்கிறது. நாட்டுக்கு நாடு இது கொஞ்சம் மாறுபடலாம். நான் தற்போது தங்கியிருக்கும் வீட்டின் உரிமையாளர் அற்புதமான மனிதர். நம் நாட்டில்கூட இப்படிப்பட்ட மனிதர்களைப் பார்ப்பது அரிதுதான். இனவாத மனோபாவமே இல்லை. ஆனால் அவர் ஐரோப்பிய நாடுகளில் படித்து அங்கு வேலை பார்த்தும் உள்ளார். ஐரோப்பாவில் படிப்பிற்கோ வேலைக்கோ சென்று திரும்புகின்ற அரேபியர்கள் பலரிடம் இந்த மாறு தலைக் காணமுடியும். இன்னும் சொல்லப்போனால் உள்ளூரில் கல்லூரி முதல் சாதாரணப் படிப்பு படித்தவர்களிடமும் இந்த மாறுதலைக் காணமுடியும். (சாதிப் பாகுபாடு கொண்ட நம்மூர் முனைவர்கள்தாம் ஞாபகத்திற்கு வருகிறார்கள்) அவற் றைப் பற்றிப் பேசுவது இக்கடிதத்தின் நோக்கமல்ல. இவ்வளவு அக்கிரமங்கள் நடப்பதற்கு நம் தூதரகங்களின் கையாலாகாத் தன்மையும் இன்னொரு காரணம். பிரிட்டிஷ்காரர்கள் பலர் என்னிடம் கேட்கும் கேள்வி: "ஏன் உங்கள் தூதரகம் இதற்காக ஒன்றும் செய்வதில்லை?" அமெரிக்கனுக்கோ பிரிட்டிஷ்கார னுக்கோ சிறு பிரச்சினை வந்தாலும் என்ன நடக்கும் என்பது அவர்களுக்குத் தெரியும். நம் தூதர்களில் பலர் குடியரசு தினத்திற்கும் சுதந்திர தினத்திற்கும் கொடியேற்றுவதோடு தங்களின் கடமை முடிந்து விட்டது என்று கருதிக் கொண் டிருக்கிறார்கள். உண்மையில் அர்ப்பணிப்பு உணர்வோடு திறம்படச் செயல்படும் தூதர்கள் இருக்கும்போது பல மாறுதல் களை அவர்கள் செய்கின்றனர். ஆனால் அப்படிப்பட்ட திறமையானவர்கள் எண்ணிக்கையில் குறைவே.

இவ்வளவு இன்னல்கள் இருந்தும் நம் மக்கள் எவ்வளவு அடித்தாலும் தாங்கிக்கொள்வேன் என்ற உணர்வோடு வாழத் தான் செய்கின்றார்கள். வளைகுடாவிற்கு வந்து கோடிகளை அள்ளுபவர்களும் இருக்கத்தான் செய்கின்றார்கள்.

விரலில் மின்னுகிற மோதிரமும் கழுத்தில் தொங்கும் சங்கிலியும் கையில் பளபளக்கும் ரேடோ வாட்சும் ஓரள விற்குத் தன்னையும் ஊரையும் ஏமாற்ற உதவும். ஆனால் நம் அவமானங்கள், மிஸ்கீன் என்ற அவர்களின் பார்வையை அழிக்கவோ மறைக்கவோ முடியுமா?

ஹியூபர்ட் சதீஷ்
மத்தியக் கிழக்கு

அகவிழி திறந்து 14 – எதிர்வினை

காலச்சுவடு இதழ் 126இல் ஆசிரியர் கண்ணன் அவர்கள் மு.க. அழகிரியின் நாடாளுமன்ற நடவடிக்கை பற்றி விமர்சனம் செய்திருந்தார். அவ்விமர்சனம் குறித்து நான் விவாதிக்க வரவில்லை.

ஆனால்,

மு.க. அழகிரியின் மதுரை அரசியல் பற்றிய ஞானம் ஆசிரியருக்கு குறைவாகவே இருப்பதாக எனக்குப்படுகிறது.

"நாடாளுமன்றம் என்ன பிரமலைக்கள்ளர்களின் சபையா?" என்று எழுதியிருப்பது, பிரமலைக்கள்ளர்களின்* அரசியல் பிரதி நிதியாக மு. க. அழகிரியைச் சுட்ட முயன்றிருப்பது ஆசிரியரின் பெரும் பிழையே!

இன்றைய உலகமயமாக்கலில் போராடிய எல்லா இனக் குழு மக்களுக்கும் என்ன வீழ்ச்சி ஏற்பட்டதோ அதேதான் பிரமலைக்கள்ளர்களுக்கும் ஏற்பட்டிருக்கிறது என்ற புரிதல் இருந்தபோதிலும். ஒதுக்கிவைப்புகளும் அடையாளமழிப்புகளை யும் திட்டமிட்டுத் திமுக வரலாற்றில் யதார்த்த உண்மையாக இருப்பதை, எவ்வாறு மறக்க முடியும், மன்னிக்க முடியும்?

மதுரையில் மு. க. அழகிரி அரசியலில் பிரவேசித்த 79, 80களிலிருந்து, இன்றுவரை அரசியல் புரிதலின் நெருக்கத்தில் பிரமலைக்கள்ளர் யாரும் இருந்ததில்லை. திமுகவின் தோற்றத் திலிருந்தே, குறிப்பாக எண்பதுகளில் பொன் முத்துராமலிங்கத் திலிருந்து இன்று புறநகர் மாவட்டச் செயலாளர் மூர்த்திவரை, பிரமலைக்கள்ளர் யாரும் மதுரை மாவட்டச் செயலாளர் ஆனது இல்லை. அதே கதிதான் மாநகர் மாவட்டத்திற்கும். திமுகவின் பிரதான உள்நோக்கம் என்னவென்றால், திமுகவில் பிரமலைக்கள்ளர்கள் அதிகாரம் பெற்றுவிடக் கூடாது என்பது தான். இதில் கருணாநிதிக்கும் அழகிரிக்கும் மாறுபட்ட கருத்துகள் எக்காலத்திலும் இருந்ததில்லை.

1969, 71, 89, 96, 2006களில் ஆட்சிப் பொறுப்பில் தி.மு.க இருந்த பொழுது ஒருவர்கூடப் பிரமலைக்கள்ளர் சமூகத்திலிருந்து அமைச்சராக்கப்படவில்லை. முக்குலத்தோர் சிண்டிகேட்டில் பிரமலைக்கள்ளர்கள் இருந்தபோதிலும். அதை உடைத்து மறவர் – அகமுடையோர், அரசியலை முதன்மைப்படுத்திப் பிரமலைக் கள்ளர்களைத் தனிமைப்படுத்துவதில் கருணாநிதியும் – அழகிரி யும் ஏன் ஜெயலலிதாவும்கூட வெற்றி பெற்றனர்.

---

* இந்நூலில் இத்தொடர் நீக்கப்பட்டுள்ளது.

மதுரை மாவட்டக் கோட்டா ஒதுக்கீட்டில் பிரமலைக் கள்ளர் அல்லாதவருக்கே அமைச்சர் பதவி வழங்கியிருக்கிறார் கருணாநிதி, பி.டி. ஆர். பழனிவேல் ராஜன், சமய நல்லூர் செல்வராஜ், சமயநல்லூர் தமிழரசி, பொன் முத்துராமலிங்கம் இவர்களில் யாரும் பிரமலைக்கள்ளர் அல்ல.

மு.க. அழகிரியின் நடவடிக்கைகளுக்கு இன்றுவரை பக்க பலமாக இருப்பவர்கள் மாற்றுச் சமூகத்தினரே! மு. க. அழகிரி யின் மீது குற்றம் சுமத்தப்பட்ட லீலாவதி, தா. கிருஷ்ணன் கொலை வழக்குகள், தினகரன் எரிப்பில் மூன்றுபேர் கொலை யுண்டதில் முன்னனிக் குற்றவாளிகளில் யாரும் பிரமலைக் கள்ளர்கள் அல்ல.

பிரமலைக்கள்ளர் சமூகத்தைச் சேர்ந்த ஒருவர் மதுரை மாநகராட்சியில் தலைவராக வந்துவிடுவார் என்று கருதிய மு.க. அழகிரியின் ஆதரவாளர்கள், பிரமலைக்கள்ளர் அல்லாத சுயேச்சை வேட்பாளரை நிறுத்தி அவரைத் தோற்கடித்தனர். திமுகவின் சார்பில் மாநகராட்சி உறுப்பினர்களின் எண்ணிக்கை விரல்விட்டு எண்ணக்கூடியதே! தற்போது சட்டமன்ற உறுப் பினர்களின் எண்ணிக்கையும் பூஜ்யம்தான்.

நடைபெற்ற நாடாளுமன்றத் தேர்தலில் மேலூர் கள்ளர்களின் வாக்குகளைப் பெறுவதற்குத்தான் மு.க. அழகிரி பெரிதும் பாடுபட்டார். பிரமலைக்கள்ளர்கள் பெரும் பகுதியாக வசித்துவரும் மதுரைத் தெற்குத் தொகுதியில் (இதில் மு.க. அழகிரி யின் குடியிருப்பு அமைந்துள்ளது) சி.பி.எம். வேட்பாளர், மோகனைவிட வெறும் பத்தாயிரம் வாக்குகள்தான் கூடுத லாகப் பெற்றிருந்தார். பிரமலைக் கள்ளர்களின் கணிசமான செல்வாக்கு அதிமுகவிற்குத்தான் தற்போதும் இருந்துகொண் டிருக்கிறது என்பது கசப்பான உண்மையே! தற்போது நடை பெற்ற மாநிலங்களவைத் தேர்தலில்கூடப் பிரமலைக்கள்ளர் கள் புறக்கணிக்கப்பட்டிருக்கின்றனர். பிரமலைக்கள்ளர்களின் சபை என்பது ஆண்டைகளின் சபையாகவும் ஒன்றும் தெரியாத முரடர்களின் சபையாகவும் ஆசிரியர் காட்ட முயன்றிருப்பதும் கூடப் பிரமலைக்கள்ளர் பற்றிய அவமதிப்பு சார்ந்த கருத்திய லாகத்தான் உள்ளது. கடும் உழைப்பையும் ஒதுக்கிவைப்புகளை யும் அவமானத்தையும் மற்றும் கொலைகள், தற்கொலைகள், பெண் சிசுக் கொலைகள் போன்ற துயரங்கள் அனுபவித்து, விளிம்பு நிலையில் ஒடுக்கப்பட்டு கிடப்பவர்களின் சபையாக, (கூட்டம்) வரலாற்றில் ஆளும் வர்க்கங்களை மறுத்து எழுந்த சபையாக இருப்பது ஒருக்காலும் மு.க. அழகிரி போன்றவர் களை ஏற்றுக் கொண்டதில்லை.

தா. வே. பிரபாகரன்

அகவிழி திறந்து 17 – கடிதம்

அதிகாரத்தை நோக்கி உண்மையைப் பேசுவதும் எதிர்க் குரல் எழுப்புவதும் அதிகார வர்க்கத்துக்குக் கசப்பு உணர்வையே ஏற்படுத்தும். சிறு சலனம்கூட இல்லாது சன் குழுமம் இருப்பது 'நிஜத்'தைச் சுடும் உண்மை. தன்னைச் சுற்றி அதிகார வட்டத்தை வைத்துக் கொண்டு இருப்பது மூன்று அப்பாவி ஆன்மாக்களை அவமதிப்பது என இருக்கும் அதன் செயல்பாட்டைக் கேள்விக் குட்படுத்துவதும் ஜனநாயகக் கடமைதான். ஆனால் எவர் எவர் திருப்பித் தாக்க மாட்டார்களோ அவர்களை நார் நாராய்க் கிழிக்கும் நமது செய்தி ஊடகங்களின் வீரத்தைக் கேள்விக்குட்படுத்துவது அவற்றின் கருத்துச் சுதந்திரத்தை அல்லது வீரத்தை எந்த வகையில் வகைப்படுத்துவது. நீதிமன்றத் தீர்ப்பின் நகலை வாங்குவதில்கூட இவ்வளவு சிரமம் இருக்குமெனில் நியாயத்துக்காகக் குரல் கொடுப்பது என்பது மிகப் பெரிய போராட்டமாகத்தான் முன்னெடுக்க வேண்டியிருக்கும். தமக்கு ஏற்படும் இழப்புகளைக் கவனத்தில் கொண்டே மனத் திட்பத் துடன் துலாக்கோலாய்ச் செயல்பாட்டில் இறங்க வேண்டும்.

கண்ணனின் 'தருணம்' பத்தியைப் படித்துவிட்டு அருந்ததி ராய் குறித்த கட்டுரைகளைப் படித்தபோது நமது அறிவுஜீவி களின் அவலட்சணங்கள் மனக்கசப்புகளாய் எழுந்தன.

ஸ்பெக்ட்ரம் ஊழல் குறித்து மிகப் பெரிய மௌனத்தைக் கடைப்பிடித்தவர்கள் அந்த விஷயம் பரவலாக விவாதத்துக்கு வந்தபின் நார்நாராய்க் கிழிப்பது போன்ற பாவனையில் இருக்கின்றனர். நம் மனத்தில் தீர்க்கமாய் உருவாகும் கருத்தை எந்தப் பிரதிபலனும் எதிர்பாராது ஜனநாயகக் கடமையுடன் வெளிப்படுத்தும் பண்பு நமது தமிழக அறிவு ஜீவிகளுக்கு எப்போதுதான் வாய்க்கும் எனத் தெரியவில்லை.

முன் அறிவிப்போடு 'டாலிஸ்மன்' கவிதை இதழ் வெளி யீட்டை நிறுத்துவது ஏனோ 'சுபமங்களா' தனது பணியை முன் அறிவிப்போடு நிறுத்திக்கொண்டதை நினைவூட்டியது.

முத்துச்செல்வன்
நாச்சியாபுதூர்

எந்தவொரு அரசியல் வன்முறைக் கும்பல் மதுரை 'தினகரன்' அலுவலகத்தைத் தாக்கி, அதன் ஊழியர்களை எரித்துக் கொன்றதோ ('அகவிழி திறந்து' – கண்ணன்: இதழ் 132), அதே போன்ற வன்முறைக் கும்பல்தான் அருந்ததி ராயின்

வீட்டையும் அடித்து நொறுக்கி நாசப்படுத்திவிட்டுப் போயிருக்கிறது (நீதியின் பெண்குரல்).

உண்மைக்காகவும் உரிமைக்காகவும் உரத்துக் குரல் கொடுப்பவர்கள் இனி உயிருடன் தப்பிப் பிழைப்பது முடியாத காரியமாகி விடும் என்ற நிலை இங்கு உருவாகி வருவது ஆபத்தான ஒன்று. ஆனால் இது குறித்த கவலை நமது தமிழகத்து இலக்கியவாதிகளிடம் இல்லவே இல்லை. இந்த எழுத்தாளர்கள் எல்லாம் சாதியச் சகதிக்குள்ளும் திராவிடக் கட்சிகளின் 'பாசறை'களுக்குள்ளும் சிக்கிக்கொண்டிருக்கும் நிலை மிகவும் பரிதாபத்துக்குரியது.

ஈழப் பிரச்சினையின்போது இந்த 'இலக்கிய – ஞானவான்கள்' நடந்துகொண்ட விதமும் இங்கே ஆள்பவர்களின் அக்கிரமங்களைத் தட்டிக்கேட்க இயலாமல் அவர்கள் கண்மூடி மவுனம் சாதிக்கும் போக்கும் மிகவும் விபரீதமானவை. முற்றிலும் முதுகெலும்பற்றுப்போன இவர்கள் எங்ஙனம் 'சமுதாயத்தின் மனசாட்சியை விழித்தெழ'ச் செய்பவர்களாக இருக்க முடியும்?

பாஸ்கோ பெர்னாண்டஸ்
கோயம்புத்தூர்

●

ஆசிரியரின் பிற நூல்கள்

வன்முறை வாழ்க்கை

(கட்டுரைகள்)

ரூ. 60 (வி.பி.பி.யில் ரூ. 70)

கண்ணன் எழுதிய சிறிதும் பெரிதுமான கட்டுரைகள் மிகவும் முக்கியமான வரலாற்றுக் காலகட்டம் ஒன்றில் வெளியாகின்றன. இக்கட்டுரைகள் ஆய்வுக்கும் விளக்கத் துக்கும் எடுத்துள்ள நிகழ்வுகளும் பொருளும் இந்தியா வுக்கு மட்டுமின்றி, உலகின் பிற பாகங்களுக்கும் சூழல் களுக்கும் பொருந்தக் கூடியனவாகவும் அமைகின்றன. இத்தகைய பொருத்தப்பாடு, ஒரு வகையில், தேசவெளிகளைக் கடந்து, நாமெல்லோரும் உலகமயமாதல் என்ற பெருங்கண்ணியில் சிக்குண்டிருப்பவர் கள் என்கிற யதார்த்தத்தையும் சுட்டி நிற்கிறது என்றும் சொல்ல முடியும். பெரும்பாலான கட்டுரைகளில் வெளிப்படையாகவும் உள்ளார்ந்தும் பேசப் படுபவை நமது காலகட்டம் பற்றிய ஒரு விளக்கச் சித்திரத்தைத் தருகின்றன.

பதிவுகள் அழியும் காலம்

(பத்திகள்)

ரூ. 75 (வி.பி.பி.யில் ரூ.85)

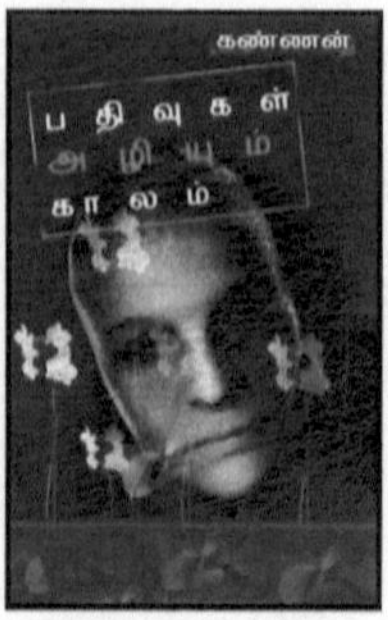

கண்ணனின் பத்திகளில் முன் வைக்கப்படும் கருத்துகள், ஒரு விரிந்த தளத்தில் இயங்குகின்றன. அவை எழுதப் படும் சூழலையும் சந்தர்ப்பத்தையும் மட்டுமே கருத்தில் கொள்ளாமல் நிகழ்வுகளின் பின்புலங்களை நேர்மை யோடு எதிர்கொள்கின்றன. மனித மனநிலை, ஊடகங் களின் அரசியல், சமூக மதிப்பீடுகள் இவற்றைப் புதிய கோணங்களில் கேள்விக்குள்ளாக்குகின்றன.

பிறக்கும் ஒரு புது அழகு

(ஊடக அரசியல் விமர்சனக் கட்டுரைகள்)

ரூ.100 (வி.பி.பி.யில் ரூ.100)

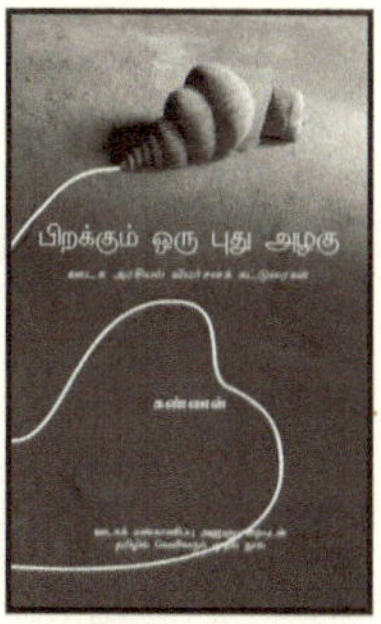

ஊடகங்களின் அரசியல், அவை பின்பற்ற வேண்டிய அறம், கடைப்பிடிக்க வேண்டிய கட்டுப்பாடுகள், அவை மக்களோடு கொள்ளும் தொடர்பு, கொள்ள வேண்டிய உறவு என்று வெவ்வேறு கோணங்களில் இந்நூலின் கட்டுரைகள் விவாதங்களைத் திறந்துவிடுகின்றன.

ஊடக அரசியலின் பல்வேறு பரிமாணங்களையும் கடந்த பத்தாண்டுகளில் ஊடகங்கள் அடைந்துள்ள பரிணாம வளர்ச்சிகளையும் தாக்கங்களையும் இக்கட்டுரைகள் விவரிக்கின்றன. அரசு அமைப்புகளிடமிருந்து ஊடக சுதந்திரம் வேண்டப்படுவதைப் போல ஊடகங்களிடமிருந்து சிவில் சமூகத்தின் சுதந்திரம் வேண்டப்பட வேண்டியதன் தேவையையும் இக்கட்டுரைகள் முன்னிறுத்துகின்றன. ஊடகக் கட்டுப்பாடு பற்றித் தமிழில் – அநேகமாக இந்தியாவில் – பேசிய முதல் கட்டுரையான ‘சூரியன் விழுங்கும் நாடு’ சன் டிவியின் ஆதிக்கம் பற்றிய விவாதம் 2006 சட்டசபைத் தேர்தல் பிரச்சாரத்தில் இடம்பெற வழிகோலியது.

பல புதிய கட்டுரைகளுடன் கண்ணனின் முந்தைய தொகுப்புகளில் இடம் பெற்றிருந்த ஊடகங்கள் தொடர்பான சில கட்டுரைகளும் இத்தொகுப்பில் சேர்க்கப்பட்டுள்ளன.

www.ingramcontent.com/pod-product-compliance
Lightning Source LLC
LaVergne TN
LVHW100844051026
849519LV00006B/2415
* 9 7 8 9 3 8 0 2 4 0 5 0 3 *